Tiếng Việt thực hành

한국인을 위한_

베트남어 3

회화 · 어휘
문법 · 작문

조재현 · 전혜경 · 송정남 · 응우옌 반 푹

HUFS BOOKS

Tiếng Việt thực hành

cho người Hàn Quốc

Tập III

Cho Jae Hyun
Jeon Hye Kyung
Song Jeong Nam
Nguyễn Văn Phúc

TRƯỜNG ĐẠI HỌC NGOẠI NGỮ HÀN QUỐC
SEOUL-2006

LỜI GIỚI THIỆU

Tiếng Việt là tiếng nói từ lâu đời của dân tộc Việt Nam. Trải qua lịch sử mấy nghìn năm phát triển, hiện nay tiếng Việt đã trở thành ngôn ngữ giao tiếp chính thức của người Việt Nam, một đất nước gồm hơn 50 dân tộc anh em cùng chung sống.

Tiếng Việt là một ngôn ngữ khá thống nhất. Người Việt Nam dù sống ở đâu, miền Nam, miền Bắc, miền Trung hay các vùng xa xôi – biên giới hay hải đảo ... khi gặp nhau, giao tiếp với nhau, họ đều hiểu nhau một cách dễ dàng. Sự tồn tại các tiếng địa phương thì ngôn ngữ nào cũng có. Sự khác biệt giữa các tiếng địa phương của tiếng Việt (còn gọi là tiếng miền Bắc, miền Trung, miền Nam) chỉ là sự khác nhau về giọng nói (mặt ngữ âm). Ngoài một số lượng từ vựng khác nhau giữa các vùng, miền không đáng kể (khoảng 70-80 từ), nhìn chung, các tiếng địa phương của tiếng Việt khá thống nhất về mặt từ vựng và ngữ pháp. Hiện nay, giọng Hà Nội đang được coi là giọng chuẩn của tiếng Việt. Bởi lẽ, đây là giọng nói khá thống nhất với chữ viết, mặt khác cũng là giọng của thủ đô.

Trải qua nhiều thế kỷ, trong các triều đại phong kiến Việt Nam, chữ Hán (xuất hiện vào khoảng thế kỷ 1, 2 sau Công nguyên) và chữ Nôm (xuất hiện khoảng thế kỷ 12, 13) đã trở thành văn tự chính thức, và là công cụ để các nhà Nho Việt Nam sáng tác văn học. Đến thế kỷ 17, cùng với sự du nhập của Thiên chúa giáo, chữ "quốc ngữ" đã xuất hiện. Sự ra đời của chữ quốc ngữ gắn liền với tên tuổi của các nhà truyền giáo phương Tây, đặc biệt là Alexandre de Rhodes và quá trình xâm lược, thống trị Việt Nam của thực dân Pháp. Lúc đầu, chữ quốc ngữ là phương tiện để truyền giáo (thế kỷ 17, 18), rồi trở thành công cụ của thực dân cai trị trong các thế kỷ tiếp theo. Tuy nhiên, với thế mạnh và sự tiện dụng của loại văn tự này (dễ viết, dễ đọc và viết thế nào đọc thế ấy, ...) dần dần nó đã vượt qua mọi chỉ trích, phê phán. Từ đầu thế kỷ 20, nhất là sau 1945 đến nay, chữ quốc ngữ đã trở thành chữ viết chính thức của tiếng Việt và thống nhất trên toàn cõi Việt Nam.

Tiếng Việt thuộc loại hình ngôn ngữ đơn lập, âm tiết tính. Một âm tiết thường mang nghĩa và ứng với một từ đơn. Đặc biệt, tiếng Việt còn là ngôn ngữ có thanh điệu (6 thanh điệu). Mỗi từ luôn luôn mang 1 thanh điệu và được phát âm với một giọng cao thấp, lên xuống khác nhau. Thanh điệu có chức năng khu biệt nghĩa của từ. Vì vậy, phát âm đúng thanh điệu là một yêu cầu rất quan trọng và đây cũng là một điều làm cho người nước ngoài còn nhiều băn khoăn khi tiếp xúc với tiếng Việt.

Bộ giáo trình Tiếng Việt thực hành này dự kiến gồm 4 cuốn (tập 1, tập 2, tập 3 và tập 4) được biên soạn theo lộ trình: từ trình độ *cơ sở* đến *nâng cao* rồi *hoàn thiện*. Tập 1 và tập 2 tập trung giới thiệu phần *cơ sở*, phần *nâng cao* được giới thiệu ở tập 3 còn tập 4 dành cho *hoàn thiện*. Trong mỗi tập các kỹ năng thực hành tiếng: nghe-nói-đọc-viết được bố trí đều đặn, xuyên suốt và có chủ đích. Ở mỗi tập, thường sau 3-4 bài học có 1 *bài ôn tập* nhằm giúp người học củng cố và phát triển những tri thức đã tiếp nhận được.

Tập 1 và tập 2, mỗi tập gồm 16 bài. Cấu trúc mỗi bài gồm: **từ vựng - hội thoại - luyện tập - bài tập - chú giải ngữ pháp**. **Phát âm** tiếng Việt là một địa hạt đòi hỏi sự cố gắng và nỗ lực thường xuyên của cả người học lẫn người dạy. Do vậy, tùy theo mức độ đã được giới thiệu trong suốt cả 2 tập, gồm cả kỹ năng phát âm các đơn vị âm thanh trong nội bộ từ (bài 1-5, tập 1) lẫn cấp độ trên từ (nhịp điệu, ngữ điệu). Trong mỗi bài, phần từ vựng và các chú giải ngữ pháp được dịch ra các đơn vị tiếng Hàn tương ứng.

Nhóm tác giả biên soạn xin gửi lời cám ơn tới tất cả các đồng nghiệp, các thế hệ sinh viên Hàn Quốc đã và đang học tiếng Việt. Chúng tôi xin cám ơn các tác giả cuốn "Bài tập tiếng Anh 6" (Nhà xuất bản Giáo dục-Hà Nội), các tác giả cuốn "Conversational Vietnamese" (Seattle Press), các tác giả "Tiếng Việt cho người nước ngoài" (Nhà xuất bản Đại học Quốc gia Hà Nội) về những hình minh họa mà chúng tôi tham khảo và mô phỏng. Xin cảm ơn Nhà xuất bản trường Đại học Ngoại ngữ Hàn Quốc cho xuất bản giáo trình này.

Seoul, Tháng 12 năm 2004
Các tác giả

머리말

베트남어는 오래전부터 사용해오고 있는 베트남 민족의 말이다. 이는 수천 년간의 역사 발전 과정을 거치는 동안에 50개 이상의 민족으로 구성된 베트남인이 사용하고 있는 공식언어가 되었다.

베트남어는 통일된 언어이다. 남부, 북부, 중부 혹은 산간 국경이나 섬 등 각지에서 사는 베트남인들은 서로 만나서 교류할 때, 어려움 없이 의사소통을 한다. 어느 언어에나 지방어가 존재하기 마련이다. 베트남어의 각 지방어(북부어, 중부어, 남부어로 불리고 있음)들 간의 차이점은 단지 음성이 다르다는 것뿐이다. 각 지방 간의 서로 다른 몇몇 단어들을 제외하고는(70~80단어) 뜻에 있어서 큰 차이가 없으며, 공통적으로 베트남어의 지방어들은 문법과 단어에 있어서 상당히 통일성을 보인다. 오늘날 하노이 음성이 베트남어의 표준어로 여겨지고 있다. 그렇게 때문에 이것은 글자와 함께 꽤 통일성 있는 음성이며, 또한 역시 수도의 음성인 것이다.

지난 수세기 동안, 베트남 봉건왕조들 내에서 한자(B.C 1, 2세기경 출현)와 쯔 놈(12, 13세기경 출현)은 공식 문자가 되었으며, 이것들은 베트남 유학자들의 문학 창작을 위한 수단이 되었다. 17세기에 이르러, 천주교의 유입과 함께 '국어'가 출현하였다. 국어의 출현은 서양의 명성 있는 전도자들과 관련이 있으며, 특히 신부 알렉산드르 드 로드와 프랑스 식민주의의 베트남 통치, 침략 과정과 관련이 깊다. 처음에 국어는 선교를 위한 수단이었고(17, 18세기), 잇따르는 세기에는 민의 통치 수단이 되었다. 그렇지만, 이 문자의 실용성(읽기, 쓰기가 쉬우며 어떻게 쓰든지 그것에 따라 읽음)과 살신성인은 모든 비난과 비판을 극복할 수 있었다. 20세기 초, 즉 1945년부터 지금까지 국어는 베트남어의 공식 문자가 되었고, 베트남 전역에 통일되었다.

베트남어는 단음절어에 속하며 성조어이다. 따라서 하나의 음절은 고유한 뜻을 지니면서 하나의 글자와 대응 된다. 특히, 베트남어는 성조어이다(6개의 성조). 각각의 단어는 1개의 성조를 지니며, 서로 다른 높고 낮은 목소리로 발음된다. 성조는 단어의 의미를 구별 짓는 기능을 한다. 그렇기 때문에 성조의 올바른 발음은 매우 중요한 요소 중 하나이다. 한편 성조는 외국인들의 베트남어 학습과 사용에 많은 장애를 불러 일으키는 요소 중 하나가 된다.

본 교재는 수준을 달리하여 초급에서 고급까지 모두 4권으로 완성될 예정이다. 그 중에 이번에 출간되는 1-2권의 초급 과정은 기초부분을 집중 다룰 것이고, 근간이 될 3-4권은 중급과 고급과정을 다룰 것이다. 교재마다 듣기, 말하기, 읽기, 쓰기 등이 균형 있게 구성되어 있다. 한편 학습효과를 높이기 위하여 3-4과 이후에 복습과를 두었다.

1-2권은 각각 16과로 구성되었다. 각과는 어휘, 회화, 연습, 연습문제, 문법해설로 구성되었다. 베트남어 발음은 교육자와 피교육자의 각별한 노력이 요구되는 부분이다. 이 때문에 1-2권의 1-5과에서는 음성 단위 발음 기능과 성조들을 설명하였다. 그리고 정확한 이해를 위하여 어휘와 문법 해설 부분은 모두 한국어로 번역하였다.

저자 일동은 베트남 전공자와 베트남어를 공부하는 학생들에게 감사 드린다. 이어 본 교재의 완성도를 높이기 위하여 참고자료는 물론 화보제공으로써 많은 도움을 준 “영어 과제6”(베트남 교육부 출판사), “베트남어 회화”(시에틀출판사), “외국인을 위한 베트남어”(하노이국가대학교 출판부)에 감사를 드린다. 끝으로 본 교재의 출판에 기꺼이 응해주신 한국외국어대학교 출판부에 심심한 감사를 드린다.

2004년 12월
저자 일동

차 례

BÀI MỘT

GIỚI THIỆU VÀ LÀM QUEN

A. Từ vựng

1. Đọc nhiều lần các từ sau:

hoàn thành(完城) : 완성하다
cử nhân(擧人) : 학사학위
lịch sử(歷史) : 역사
ngành : 분야, 영역, 전공
tốt nghiệp(卒業) : 졸업하다
nghĩa vụ quân sự(義務軍事) : 병역의무
hy vọng(希望) : 희망하다
việc làm : 일
nghiên cứu(硏究) : 연구하다
sở thích(所適) : 취미

văn hóa(文化) : 문화	du lịch(遊歷) : 여행
nét, điểm(點) : 특징, 점	tương đồng(相同) : 비슷한, 유사한
cao học(高學) : 대학원	vào mạng, truy cập : 인터넷에 들어가다, 로그인하다
mua sắm : 구입하다, 쇼핑하다	cuộc sống : 삶
nhà thờ : 교회, 성당	thân mến(親) : 친애하는
thư điện tử(e-mail 書電子) : 전자메일	điện thoại di động(電話移動) : 핸드폰(손전화)

2. Tìm các từ đồng nghĩa và đặt câu với chúng:

tốt nghiệp →
mua sắm →
ngành →
việc làm →
định →

3. Tìm các từ trái nghĩa và đặt câu với chúng:

hoàn thành →
hy vọng →
giống →
giỏi →
thích →

B. Tập nghe tiếng Việt

1. Đọc và hiểu các bài đọc sau:

a

Xin chào các bạn ! Tôi tên là Lee Nam Sung, người Hàn Quốc. Lee là họ, còn Nam Sung là tên. Năm nay, tôi 24 tuổi và là sinh viên năm thứ 3, khoa Tiếng Việt, trường Đại học Ngoại ngữ Hàn Quốc. Tôi đã hoàn thành nghĩa vụ quân sự.

Tôi có thể nói được tiếng Việt nhưng không giỏi lắm.

Năm ngoái, tôi đã học tiếng Việt ở Hà Nội 2 tháng. Tôi rất thích tìm hiểu lịch sử và văn hóa Việt Nam. Tôi hy vọng, sau khi tốt nghiệp đại học, tôi sẽ tìm được việc làm ở Việt Nam.

Khi rỗi, tôi thích đọc sách, đọc báo, nghe nhạc và chơi bóng ném.

b

Các bạn thân mến ! Tên tôi là Nguyễn Thu Thủy, người Việt Nam. Năm nay, tôi 23 tuổi. Tôi đã tốt nghiệp ngành Hàn Quốc học tại trường Đại học Khoa học Xã hội và Nhân văn, Đại học Quốc gia Hà Nội. Tôi vừa đến Hàn Quốc tuần trước. Đây là lần thứ hai tôi đến Hàn Quốc. Lần này, tôi vừa thực tập tiếng Hàn vừa học cao học. Tôi định học ở đây khoảng từ 2 đến 3 năm.

Tôi thấy rằng, văn hóa Việt Nam và Hàn Quốc có nhiều nét tương đồng. Vì thế, tôi hy vọng trong thời gian học ở đây sẽ không gặp khó khăn gì. Sở thích của tôi là đọc sách, vào mạng internet, nghe ca nhạc và đi mua sắm.

Còn các bạn thì sao ?

c

Chào các bạn ! Tôi xin tự giới thiệu, tôi là Park Sang Cheol, nhân viên công ty Sam Sung. Năm nay, tôi 27 tuổi. Cách đây 2 năm tôi là sinh viên khoa Tiếng Việt. Tôi có thể nói tiếng Việt và tiếng Anh.

Tôi chuẩn bị sang Việt Nam để làm việc. Tôi sẽ làm việc tại thành phố Hồ Chí Minh. Tôi rất thích cuộc sống ở Việt Nam.

Lúc rỗi, tôi thích gặp bạn bè, uống cà phê và nói chuyện. Sáng Chủ nhật cả gia đình tôi thường đi nhà thờ. Sở thích của các bạn thế nào ? Có giống sở thích của tôi không ?

2. Trả lời các câu hỏi theo nội dung bài đọc:

a. Trong ba người này, ai nhiều tuổi nhất? Ai ít tuổi nhất?

b. Tên người Hàn Quốc thường có mấy phần? Những phần nào? Cho ví dụ?

c. Đây là lần thứ mấy Thủy đến Hàn Quốc? Và lần này đến để làm gì?

d. Trong ba người này, bạn thích ai nhất? Vì sao?

e. Hãy cho biết tên người Việt có mấy phần? Những phần nào? Cho ví dụ?
f. Trong ba người này, bạn hợp với ai nhất? Lý do?
h. Nếu gặp ba người này, bạn sẽ làm quen với người nào? Vì sao?
i. Thanh niên Hàn Quốc làm nghĩa vụ quân sự khi bao nhiêu tuổi? Và thời gian là bao lâu?

3. Chọn từ điền vào chỗ trống (theo nội dung bài đọc):

- Anh Lee Nam Sung là người ...
  ① Việt Nam ② Trung Quốc ③ Hàn Quốc ④ Nhật Bản

- Lee là họ còn Nam Sung là ...
  ① tên ② là tên ③ họ ④ không phải tên

- Tên người Việt thường có 3 phần, **Nguyễn** là *họ*, **Thủy** là *tên* còn **Thu** là ...
  ① tên đệm ② họ ③ tên ④ họ và tên

- Chúng tôi đã giới thiệu … các công ty những sinh viên giỏi.
  ① về ② cho ③ tự ④ để

- Chúng tôi thấy …, văn hóa Hàn Quốc và Việt Nam có nhiều nét tương đồng.
  ① khá ② nhiều ③ nên ④ rằng (là)

- Lần này, họ sang Hàn Quốc để … tìm hiểu văn hóa … học cao học.
  ①…vừa…đã… ②…và…và… ③…những…còn… ④…vừa…vừa…

- Vào các sáng Chủ nhật, …gia đình tôi đều đi nhà thờ.
  ① hết ② cả ③ mọi ④ tất cả mọi

- Các anh ấy đã tốt nghiệp đại học … hơn hai năm rồi.
  ①từ đây ② cách ③ cách đây ④ trước đây

- Chào các bạn! Tôi xin … giới thiệu, tên tôi là Kim Jae Hyun.
  ① tự cho ② tự ③ tự mình ④ mình

C. Tập nói tiếng Việt

1. Hãy tập giải thích các từ sau:

sinh viên →
học viên →
nhân viên →
sở thích →
tương đồng →

2. Quan sát các bức tranh và tập nói theo nội dung trong tranh:

3. Hãy điền các thông tin của bạn và bạn thân của bạn:

Thông tin	Bản thân	Bạn thân
Họ và tên ?		
Tuổi ?		
Nơi sinh ?		
Quốc tịch ?		
Địa chỉ hiện nay ?		
Đang học năm thứ mấy ?		
Ngành học ?		
Trường đại học nào ?		
Sở thích ?		
Số điện thoại di động		
Hòm thư điện tử (Email)		

4. Hãy tự giới thiệu bản thân theo các thông tin trên (viết và nói).

. . . .
. . . .
. . . .
. . . .
. . . .
. . . .

5. Hãy giới thiệu bạn thân của mình với một người nào đó theo thông tin ở bài tập 3 (nói).

6. Bạn nói thế nào khi :

- Một người nào đó chào và hỏi thăm sức khỏe của bạn ?
- Một người nào đó xin lỗi bạn ?
- Một người nào đó cám ơn bạn ?
- Bạn không đồng ý với một người nào đó ?
- Bạn từ chối lời mời của một người nào đó ?
- Bạn nhỡ (lỡ) hẹn với một người nào đó ?

7. Một số câu thường dùng.

- **Chào các bạn !**
- **Các bạn thân mến !**
- **Tôi xin tự giới thiệu.**
- **Tôi xin giới thiệu với bạn, đây là ..., còn đây là ...**
- **Chào các bạn, tôi xin tự giới thiệu, tên tôi là ...**
- **Tôi hy vọng rằng (là),**
- **Chúng tôi cũng nghĩ (như) vậy(thế).**
- **Các chị ấy không nghĩ (như) vậy(thế).**

BÀI HAI

GIA ĐÌNH
VÀ QUAN HỆ GIA ĐÌNH

A. Từ vựng

1. Đọc nhiều lần các từ sau:

họ hàng : 친족

bên nội(內) : 친가

cụ : 할아버지, 할머니

con rể : 사위

bên ngoại(外) : 외가

con dâu : 며느리

chắt : 증손

thông gia(通家) : 사돈

con cả (trưởng 長) : 장남, 장자
con thứ(序) : 차남, 중자
bố mẹ chồng : 시부모
cháu nội(內) : 친손
anh (em) ruột : 친형제
bác : 큰아버지, 큰어머니, 큰 고모, 아저씨
cô, dì : 작은 고모, 이모, 아주머니, 선생님(여)
mẹ kế (ghẻ) : 계모
xưng hô(稱號) : 칭호
lâu đời : 몇 세대가 지난, 오랜
chi phối(支配) : 지배하다
lứa tuổi : 나이
trùng nhau : …서로 겹치다
nghi thức(意識) : 의식
tỏ ý(意) : 뜻을 표하다, 의견을 밝히다
bình đẳng(平等) : 평등하다

con út : 막내
con một : 독자
bố mẹ vợ : 장인장모
cháu ngoại(外) : 외손
anh (em) họ : 친족형제
chú : 작은 아버지, 아저씨
con nuôi : 양자
cha kế (dượng) : 계부
rắc rối : 복잡한
tuân theo(遵) : 준행하다, 따르다
tiếp xúc(接觸) : 접촉하다
trật tự(秩序) : 질서
tình huống(情況) : 정황, 상황
trung niên(中年) : 중년
biểu thị(表示) : 표시하다
tôn trọng(尊重) : 존중하다

2. Thử khả năng phát triển vốn từ:

Ví dụ:

con → con trai
con → con gái
con → con đẻ
con → con nuôi
con → con riêng
con → con chung, …v.v.

Tiếp tục với:

bố → ……….
mẹ → ……….
anh → ……….
chị → ……….
em → ……….
cháu → ……….

3. Hãy tìm các danh từ hai âm tiết và đặt câu với chúng:

<u>Ví dụ:</u> **họ** → **họ hàng**

<u>Tiếp tục với</u> :

bố → ....
con → ....
cháu → ....
anh → ....
mẹ → ....
chú → ....
cô → ....

B. Tập nghe tiếng Việt

1. Đọc bài hội thoại sau:

Kim : Khi học tiếng Việt, mình thấy cách xưng hô của người Việt rắc rối và khó nhớ quá !

Hoa : Mình cũng thấy nhiều người nước ngoài nói như vậy.

Kim : Theo bạn, để sử dụng đúng cách xưng hô của người Việt thì nên làm thế nào ?

Hoa : Quả thật là cũng khó đấy ! Bởi vì đối với người Việt Nam, cách xưng hô đã trở thành một nét văn hóa, có tính truyền thống lâu đời. Trong giao tiếp, người ta thường tuân theo tuổi tác và bị chi phối của quan hệ gia đình ...

Kim : Mình còn nghe nói, cách xưng hô ở mỗi vùng mỗi khác có đúng như vậy không ?

Hoa : Nói như vậy thì cũng không sai. Nhưng mình thấy sự khác nhau giữa các địa phương không nhiều lắm! Bạn cũng đừng quá lo lắng. Theo mình, phương pháp tốt nhất có lẽ là nên tiếp xúc với nhiều người, nhiều lứa tuổi, chú ý nghe và tập nói chuyện nhiều.

Kim : Cảm ơn bạn, mình sẽ thử xem sao!

2. Đọc bài đọc sau:

Cách xưng hô của người Việt

Xã hội Việt Nam tuân theo tuổi tác nên cách xưng hô khá phức tạp. Tên riêng của một người Việt thường có 3 phần: **họ**, **tên đệm** và **tên**. Các phần được sắp xếp theo trật tự: đầu tiên là **họ**, sau đó đến **tên đệm** rồi cuối cùng là **tên**. Ví dụ: Hoàng Mai Linh, Hoàng là họ, Mai là tên đệm và Linh là tên.

Trong đời sống hàng ngày, người ta thường gọi nhau bằng tên. Trường hợp có nhiều tên trùng nhau thì người ta gọi tên riêng cùng với tên đệm. Chẳng hạn: Vân Trang, Minh Trang, Mai Trang, Thanh Trang, …v.v. Cần lưu ý, "Văn" là tên đệm thường dùng cho nam và "Thị" là tên đệm thường dùng cho nữ. Người Việt gọi nhau bằng tên hoặc tên đệm với tên riêng chỉ trong tình huống không nghi thức mà thôi.

Trong tình huống nghi thức, người già thường được xưng hô bằng: "**Cụ** + **tên** riêng". Ví dụ: Cụ Hồng, cụ Mai, cụ Tám, …v.v. **Cụ** thường được dùng chung cho cả hai giới: nam và nữ. Còn cách gọi "**bác** hay **chú** + **tên** riêng" thường dùng cho những người trung niên, nam giới. Chẳng hạn: bác Hoán, chú Hùng, bác Tiến, …v.v. Còn đối với nữ giới ở độ tuổi trung niên, tiếng Việt sử dụng: "**Cô** + **tên** riêng", ví dụ: cô Lan, cô Hương, cô Hà, …v.v. Tuy nhiên, ở một số địa phương ở miền Trung và miền Nam Việt Nam, người ta lại xưng hô bằng **Thím**: thím Lan, thím Hương, thím Hà …v.v.

Trước đây, người Việt thường dùng: "**Ông/Bà** + **tên** riêng" để tỏ ý tôn trọng, như: ông Hùng, bà Hòa, bà Liên, ông Tuấn … Ngày nay, "ông/bà" đôi khi được dùng để biểu thị sự thân mật, bình đẳng.

(Phỏng theo Tân Việt)

2. Trả lời các câu hỏi sau:

- Kim có nhận xét gì về cách xưng hô của tiếng Việt ?
- Kim đã hỏi Hoa điều gì ?
- Hoa đã giải thích thế nào ?
- Hoa đã khuyên Kim nên làm gì để có thể sử dụng đúng cách xưng hô của người Việt ?

- Tên riêng của người Việt thường gồm mấy phần ? Và được sắp xếp theo trật tự như thế nào ? Cho ví dụ ?
- Trong trường hợp có nhiều người trùng tên, thì người ta gọi nhau thế nào?
- Người Việt thường gọi nhau chỉ bằng tên riêng trong trường hợp nào?
- Cách gọi "bác/chú + tên riêng" dùng cho lứa tuổi nào ?
- Tên riêng của người Hàn gồm mấy phần ? Và được sắp xếp theo trật tự như thế nào?
- Trong tình huống không nghi thức, người Hàn có gọi nhau bằng tên không? Nếu không thì xưng hô với nhau bằng gì ?
- Hãy cho biết sự khác nhau giữa tên riêng của người Hàn và người Việt ?

3. Chọn từ điền vào chỗ trống (theo nội dung bài đọc):

- Khi học tiếng Việt, Kim thấy cách xưng hô của người Việt ... và khó nhớ.
  ① rất dễ ② rắc rối ③ không khó ④ vừa dễ vừa khó

- Đối với người Việt Nam, cách xưng hô đã … một nét văn hóa.
  ① biến thành ② hóa ra ③ hóa nên ④ trở thành

- Trong giao tiếp, người Việt thường tuân theo ... và bị chi phối của quan hệ gia đình.
  ① năm tháng ② thời gian ③ tuổi tác ④ năm

- Tên riêng của người Việt Nam thường gồm … phần.
  ① ba ② bốn ③ năm ④ sáu

- Các phần được sắp xếp theo trật tự: đầu tiên là …, sau đó đến tên đệm rồi cuối cùng là tên.
  ① tên ② họ ③ tên đệm ④ tên và họ

- Trong đời sống hàng ngày, người Việt Nam thường gọi nhau bằng …
  ① tên ② họ ③ tên đệm ④ họ và tên đệm

- Trong tình huống nghi thức, … thường được xưng hô bằng: "Cụ + tên riêng"
  ① trẻ em ② thanh niên ③ người già ④ trung niên

- Đối với … ở độ tuổi trung niên, tiếng Việt sử dụng: "Cô + tên riêng"
  ① nam giới ② nữ giới ③ người già ④ cả nam và nữ

C. Tập nói tiếng Việt

1. Lưu ý về cách sử dụng đại từ nhân xưng:

Ví dụ:

Ngôi thứ nhất			Ngôi thứ hai
Ông, bà	→	←	Cháu
Bố, mẹ	→	←	Con
Thầy, cô giáo	→	←	Em
Anh, chị	→	←	Em
Bác, chú, cậu Cô, dì, thím	→ →	← ←	Cháu Cháu

- *Học sinh* : **Chúng em** chào **cô** ạ!
- *Cô giáo* : **Cô** chào **các em**.
  Cô mời **các em** ngồi xuống.

Tiếp tục với:

(Trên đường đi học về, Nam gặp một cụ già)

- *Cháu Nam* : … chào … ạ !
- *Cụ già* : … ngoan quá !
- *Cháu Nam* : … đi đâu đấy … !
- *Cụ già* : À!, … đi dạo một chút cho khỏe !

(Con gái đi học về và gặp mẹ đang nấu cơm)

Con gái : … chào mẹ !
Mẹ : … chào …
Con gái : Bố … đã về nhà chưa, hở mẹ ?
Mẹ : Chưa, bố vừa gọi điện cho …, nói là tối nay … về muộn. Bây giờ, … đi thay quần áo, tắm rửa, rồi mẹ sẽ chuẩn bị cơm hai …, … cùng ăn.
Con gái : Dạ, … cám ơn … !

2. Hãy tập giải thích các từ sau:

__Ví dụ__: - "**Bác**" là anh trai của bố.
- Anh của bố tôi là **bác** tôi.

__Tiếp tục với :__

Chú →
Bác →
Con dâu →
Cô, dì →
Con rể →
Con nuôi →
Cháu đích tôn →
Thông gia →

D. Bài tập

1. Bài tập ngữ pháp:

Mẫu 1

giống / khác
giống nhau / khác nhau

* Khi sử dụng **"giống (nhau) / khác (nhau)"** cần lưu ý về vị trí của chủ ngữ trong câu.
"Giống (nhau) / khác (nhau)"는 "…와 서로 같다 혹은 …와 서로 다르다" 라는 뜻을 나타낼 때 쓰는 표현으로, 쓰임에서 주어의 위치에 주의해야 한다.

Ví dụ:

- Trong gia đình, tôi **giống** mẹ tôi.
- Trong gia đình, tôi và mẹ tôi **giống nhau**.
- Mặc dù cùng một bố mẹ nhưng tính tôi **khác** tính em tôi.
- Mặc dù cùng một bố mẹ nhưng tính tôi và em tôi **khác nhau**.

Luyện tập:

a. Hãy quan sát và so sánh. Ví dụ:

- *Hình* **A** *giống hình* **B**
- *Hình* **A** *và hình* **B** *giống nhau*
- *Hình* **A** *khác hình* **I**
- *Hình* **A** *và hình* **I** *khác nhau*

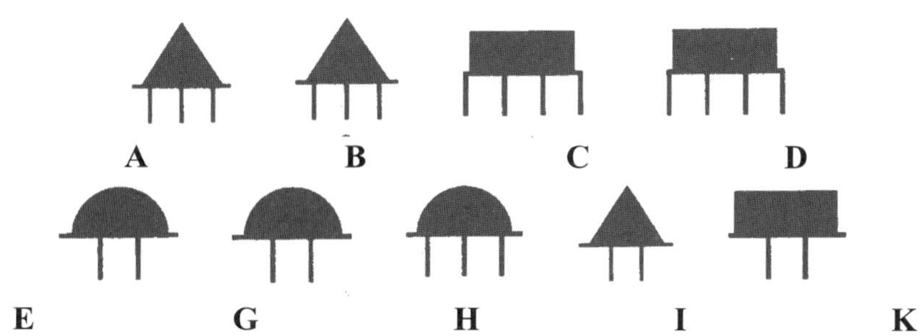

Lần lượt so sánh với các hình trên

b. Hãy chọn và điền các từ "giống", "khác", "giống nhau", "khác nhau" vào các câu dưới đây:

- Ngày xưa, ở một làng nọ, có hai anh em … như đúc.
- Mỗi người đều có suy nghĩ …, tôi … anh, anh … tôi.
- Bố mẹ tôi thường nói rằng, tôi … bố tôi, còn em gái tôi lại … mẹ tôi.
- Chúng tôi thấy văn hóa Việt Nam và Hàn Quốc không … nhiều lắm.
- Mỗi dân tộc đều có một nền văn hóa …
- Ở Việt Nam, khí hậu của miền Nam … khí hậu của miền Bắc: miền Nam có hai mùa, còn miền Bắc có 4 mùa. Phong tục Nam Bắc cũng …
- Người xưa có câu: "Con trai … mẹ khó ba đời", còn "Con gái … cha giàu ba họ".

Mẫu 2

…형용사 + như / bằng

…형용사 + như nhau / bằng nhau

* "**như**", "**bằng**" là những giới từ so sánh về tính chất, đặc trưng của 2 sự vật, đối tượng... Tuy nhiên, cách sử dụng của hai từ này hơi khác nhau: "**bằng**" thường đi sau các tính từ "đo, đếm" được, như "**cao, dài, sâu, nóng, lạnh** ...", còn "**như**" thường sau các tính từ "không đo, đếm" được, ví dụ: "**đẹp, tốt, thông minh**, ...". **"như"**, **"bằng"**은 "...처럼(만큼) 형용사하다"라는 의미로 두 개의 사물 혹은 대상의 성질과 특징을 비교하는 연결사이다. 그렇지만, 이 두 연결사의 쓰임은 약간의 차이가 있다. "**bằng**" 은 "**cao, dài, sâu, nóng, lạnh** ..."처럼 측정 혹은 셀 수 있는 형용사 뒤에, "**như**"는 "**đẹp, tốt, thông minh**, ..."처럼 측정 혹은 셀 수 없는 형용사 뒤에 온다.

Ví dụ:

- Thời tiết hôm nay **nóng bằng** hôm qua.
- Cô ấy **đẹp như** tiên.
- Hai anh em nhà ấy **giống nhau như** đúc.
- Hai con sông này **dài bằng nhau**.

Luyện tập:

a. Hãy chọn và điền các từ "như", "bằng", "như nhau", "bằng nhau" vào các câu dưới đây:

- Ngày nay, ở Hàn Quốc con trai và con gái đều được tôn trọng …
- Khi sống ở Việt Nam, chúng tôi coi nhau … anh em.
- Việc này rõ … ban ngày mà nó còn cãi.
- Cũng … anh, họ đều là những sinh viên đến Việt Nam để học tiếng Việt.
- … các bạn đã biết, Việt Nam là một đất nước có một nền văn hóa lâu đời.
- Ngọn núi này cao … ngọn núi kia.
- Họ là hai anh em sinh đôi nên có tuổi ...

b. Hãy điền "như" hay "bằng":

- Em gái tôi cao … mẹ tôi nhưng không đẹp … mẹ tôi.
- Thời tiết hôm nay lạnh … hôm qua.
- Tôi và anh ấy cao và nặng … nhau nhưng tuổi không … nhau.
- Hoàn cảnh gia đình của chúng tôi không … nhau.
- Ông bà ấy đối xử rất tốt với tôi, họ coi tôi … con.
- Con sông này dài … con sông kia.

2. Bài tập nâng cao.

a. Hãy tìm các đại từ nhân xưng nếu:
- trong một gia đình có 4 thế hệ cùng sinh sống ?
- trong một gia đình có 3 thế hệ cùng sinh sống ?
- trong một gia đình có 2 thế hệ cùng sinh sống ?

b. Trong một gia đình có 5 người con, thì:
- người con thứ nhất được gọi là con gì ?
- người con cuối cùng được gọi là con gì ?
- những người con từ thứ hai đến thứ tư được gọi là con gì ?

c. Ở Hàn Quốc, sau khi kết hôn, thì:
- người vợ gọi người chồng bằng đại từ gì ?
- người chồng gọi người vợ bằng đại từ gì ?

d. Tìm và điền các từ gợi ý ở bên phải vào các chỗ trống:

- … ông, bà dùng cơm	*cho*
- Xin đợi một chút, tôi sẽ đến …	*gì*
- Chào chị. Dạo này có … mới không ?	*họ*

- Theo anh, hai cái bình này, cái … đẹp hơn ?	*ngay*
- Anh ấy định sang Việt Nam chơi … biết.	*nào*
- … nói, ở khách sạn đó vừa rẻ vừa dễ chịu	*mời*
- Tôi sẽ trả lời chị … suy nghĩ kĩ việc đó.	*sau khi*

3. Bài tập viết:

Sử dụng các từ ở mục A (từ vựng) viết về gia đình của bạn.

BÀI BA

KHÍ HẬU VÀ THỜI TIẾT

A. Từ vựng

1. Đọc nhiều lần các từ sau:

dự báo thời tiết(豫報時節) : 일기예보
ấm : 따뜻한
ẩm : 습한
cơn : 바람, 비 등에 쓰는 류사(類詞)
gió : 바람
gió nhẹ/mạnh : 미풍/강풍

bão : 태풍
mưa dầm : 장마
mùa mưa : 우기
mùa khô : 건기
lụt (lội) : 홍수
giông : 일기의 갑작스런 변동
rét : 추운
(gió) thổi : (바람이) 불다
mây : 구름
trời đẹp : 날씨가 좋은, 날씨가 맑은
trời nhiều mây : 구름이 많은
sét : 번개
lãnh thổ(領土) : 영토
mưa rải rác : 비가 간간이 내리다
quang mây : 구름이 없는
toàn cầu(全球) : 지구
bán đảo(半島) : 반도
sa mạc(沙漠) : 사막
hạt giống : 씨앗
lễ hội(禮會) : 축제
âm, độ âm(度陰) : 마이너스, 음
mưa rào : 소나기
mưa phùn : 이슬비
nắng : 햇빛이 있는, 햇살이 내리쬐는(맑은)
nhiệt độ(熱度) : 온도
hạn (hán) : 가뭄
chi tiết(枝節) : 자세히
tuyết(雪) : 눈
(tuyết) rơi : (눈이) 내리다
trung bình(中平) : 평균
trời u ám : 날씨가 구름으로어두컴컴한
sấm : 천둥
sương mù : 안개
bao trùm : ... 덮다
mưa liên miên(連綿) : 비가 계속 내리다
hửng nắng : 날씨가 맑다
ảnh hưởng(影響) : 영향
lượng, số lượng(數量) : 량, 수량
tràn ngập : 잠기다
đỏ rực : 화려하게 물들다
nguồn gốc : 뿌리, 근원
xa xưa : 옛날

2. Tìm các từ trái nghĩa và đặt câu với chúng:

mùa khô → ......
trời nhiều mây → ......
nắng → ......
hạn hán → ......
ẩm → ......
gió nhẹ → ......
rét → ......
trời đẹp → ......

B. Tập nghe tiếng Việt

1. Hãy nghe bản tin dự báo thời tiết sau:

Thưa quí vị và các bạn !

Hôm nay, không khí lạnh vẫn bao trùm toàn bộ lãnh thổ Việt Nam. Vào tối và đêm qua, người dân cả nước được đón một mùa Giáng sinh vui vẻ trong thời tiết đẹp và se lạnh.

Ở miền Bắc, Hà Nội không mưa, tiết trời vừa đủ lạnh, không quá rét. Do độ ẩm trong không khí tăng lên đôi chút nên ta có cảm giác lạnh hơn mặc dù nhiệt độ không thay đổi. Ở miền Trung, sau một số ngày mưa liên miên đến trước ngày Giáng sinh, thời tiết đẹp hẳn lên, trời quang mây và hửng nắng. Chiều qua, ở thành phố Hồ Chí Minh có một cơn mưa lớn, đột ngột. Tuy nhiên, sau đó mưa chỉ còn rất nhẹ nên vẫn không làm giảm lượng người thành phố đổ ra đường đón chào một đêm Giáng sinh vui vẻ. Để biết thêm chi tiết, mời các bạn theo dõi dự báo cho các vùng trong ngày mai:

Phía **Tây Bắc Bộ** có mưa, mưa rào và có nơi có giông, gió nhẹ trời rét. Nhiệt độ từ 11 đến 19 độ.

Phía **Đông Bắc Bộ** nhiều mây, có mưa rào nhẹ, gió Đông Bắc cấp 2, cấp 3, trời rét, nhiệt độ từ 14 đến 19 độ.

Các tỉnh **miền Trung**, nhiều mây, đêm có mưa vài nơi, ngày có mưa rải rác, nhiệt độ từ 20 đến 29 độ.

Khu vực **Tây Nguyên**, nhiều mây có mưa vài nơi, gió Đông Bắc cấp 2, cấp 3, nhiệt độ từ 14 đến 28 độ.

Các tỉnh **Nam Bộ**, nhiều mây, có mưa rào và giông vài nơi, nhiệt độ từ 21 đến 31 độ.

Khu vực **Hà Nội**, nhiều mây, có lúc có mưa, gió Đông Bắc cấp 2, cấp 3. Trời rét, nhiệt độ từ 15 đến 19 độ.

(Theo bản dự báo thời tiết của VTV ngày 25-12-2005)

2. Đọc kĩ bài đọc sau:

Vài nét về khí hậu Hàn Quốc

Khí hậu Hàn Quốc có bốn mùa rõ rệt. Mùa Xuân và mùa Thu khá ngắn. Mùa Hè nóng và ẩm ướt. Còn mùa Đông thì lạnh, khô và tuyết rơi nhiều.

Gần đây, khí hậu toàn cầu thay đổi đã ảnh hưởng tới bán đảo Triều Tiên, làm cho lượng mưa nhiều hơn vào mùa Hè và giảm lượng tuyết rơi vào mùa Đông. Khí hậu cũng khác nhau tại các vùng trên đất nước. Nhiệt độ trung bình của cả nước từ 6°C (43°F) đến 16°C. Tháng nóng nhất trong năm là tháng Tám. Nhiệt độ trung bình của tháng này từ 19°C(66°F) đến 27°C (81°F). Còn tháng lạnh nhất trong năm là tháng Giêng và nhiệt độ trung bình của tháng này là từ -8°C (17°F) đến 6°C (43°F).

Vào đầu Xuân, thời tiết không thể dự báo được vì mưa thường xuyên và gió bão cuốn theo "bụi cát vàng" từ các sa mạc phía Bắc Trung Quốc. Nhưng vào giữa tháng Tư, cả nước được hưởng một thời tiết êm dịu. Trên những ngọn núi và dưới các dòng sông ngập tràn đủ loại màu sắc của các loài hoa, đặc biệt là hoa Anh đào. Đây cũng là thời gian người nông dân chuẩn bị hạt giống cho vụ lúa hàng năm.

Vào mùa Thu, không khí khô, lạnh nhưng bầu trời lại trong xanh như pha lê. Mùa Thu là mùa mà tất cả người Hàn Quốc đều yêu thích. Phong cảnh nông thôn đẹp khác thường. Khắp nơi trên đất nước Hàn Quốc đỏ rực sắc màu của cây, của lá. Mùa Thu là mùa gặt hái, đồng thời cũng là mùa của những lễ hội dân gian có nguồn gốc từ thời xa xưa.

3. Chọn từ điền vào chỗ trống (theo nội dung bài đọc):

- Vào tối và đêm qua, người dân cả nước được đón một mùa Giáng sinh … trong thời tiết đẹp và se lạnh.
  ① buồn ② không vui ③ vui vẻ ④ buồn bã

- Ở miền Bắc, Hà Nội không mưa, tiết trời vừa … lạnh, không quá rét.
  ① đủ ② quá ③ rất ④ vô cùng

- Tuy nhiên, sau đó mưa chỉ còn rất nhẹ nên vẫn không làm … lượng người thành phố đổ ra đường đón chào một đêm Giáng sinh vui vẻ.
  ① tăng ② giảm ③ cao ④ hạ

- Để biết thêm …, mời các bạn theo dõi dự báo cho các vùng trong ngày mai.
  ① rõ ② chi tiết ③ kỹ ④ được

- Mùa Đông ở Hàn Quốc lạnh, khô và có nhiều …
  ① nắng ② tuyết ③ nóng ④ đẹp

- Ở Hàn Quốc, khí hậu giữa các vùng không … nhau.
  ① khác ② giống ③ bằng ④ tương đương

- Tháng nóng nhất trong năm ở Hàn Quốc là tháng …
  ① Tám ② Hai ③ Chạp ④ Giêng

- Hoa Anh đào ở Hàn Quốc thường nở vào tháng …
  ① Giêng ② Chạp ③ Tư ④ Tám

- ... là mùa mà tất cả mọi người Hàn Quốc đều thích.
  ① mùa Hè ② mùa Đông ③ mùa Hè ④ mùa Thu

4. Trả lời các câu hỏi sau (theo nội dung bài đọc)

- Năm nay, người dân miền Bắc Việt Nam đã đón một mùa Giáng sinh trong thời tiết như thế nào ?
- Vì sao nhiệt độ không thay đổi mà người dân Hà Nội cảm thấy lạnh hơn?
- Vào dịp Nô en năm nay, thời tiết ở miền Trung Việt Nam thế nào ?
- Theo bạn, mùa Giáng sinh năm nay ở Việt Nam, thời tiết ở đâu lạnh nhất và ở đâu nóng nhất ?
- Ở Hàn Quốc, một năm có mấy mùa ? Đó là những mùa nào ?
- Tháng nóng nhất và tháng lạnh nhất ở Hàn Quốc là những tháng nào ? Và nhiệt độ là bao nhiêu ?
- Bạn cho biết những đặc điểm của mùa Xuân ở Hàn Quốc và những lễ hội truyền thống tổ chức vào mùa này ?
- Bạn cho biết những đặc điểm của mùa Thu ở Hàn Quốc và những lễ hội truyền thống tổ chức vào mùa này ?

C. Tập nói tiếng Việt

1. Hãy tập giải thích các từ sau:

mưa dầm →
mưa phùn →
hạn hán →
oi bức →
trời u ám →
nhiệt độ trung bình →
trời quang mây →
mưa liên miên →
mưa rào →
gió Đông Bắc →

2. Hãy đọc, hiểu các thông tin và nói về thời tiết các vùng:

Dự báo thời tiết

khu vực Tây Bắc	khu vực Hà Nội	khu vực Tây Nguyên
- nhiều mây - có mưa rải rác ở một số nơi… - gió Đông Nam cấp 2, cấp 3 - nhiệt độ trung bình từ 21 đến 26 ° C	- ít mây - không mưa, trời nắng - gió Đông Nam cấp 2, cấp 3 - nhiệt độ trung bình từ 23 đến 30 ° C	- nắng nhẹ, không mưa, trời mát. - gió Tây Nam cấp 2, cấp 3 - nhiệt độ trung bình từ 15 đến 23 ° C

3. Hãy miêu tả thời tiết, đặc điểm các mùa trong năm ở nước bạn:

<u>Ví dụ:</u>

Mùa Xuân ở miền Bắc Việt Nam kéo dài từ sau Tết Nguyên Đán đến cuối tháng 3 hàng năm. Vào đầu mùa Xuân, thời tiết hơi lạnh. Không khí ẩm ướt, có nhiều mưa phùn. Khoảng giữa và cuối mùa Xuân, không khí ấm áp, ít mưa. Độ ẩm khá cao. Mùa Xuân là mùa cây cối đâm chồi, nảy lộc. Hoa nở nhiều.

<u>Tiếp tục với:</u>

Mùa Xuân, **mùa Hè**, **mùa Thu** và **mùa Đông** ở Hàn Quốc.

4. Bạn hãy cho biết:

- Ở Hàn Quốc, một năm có mấy mùa ? Mùa nào lạnh nhất và mùa nào nóng nhất ?
- Mùa Xuân Hàn Quốc kéo dài từ tháng nào đến tháng nào ? Đặc điểm của mùa Xuân ở Hàn Quốc là gì ?
- So với Việt Nam, mùa Đông ở Hàn Quốc có đặc điểm gì giống và khác ?
- Nhiệt độ trung bình thấp nhất và cao nhất ở Hàn Quốc là bao nhiêu ?
- Bạn thích nhất mùa nào ? Vì sao ?
- Theo bạn, ở Hàn Quốc, thời tiết ở đâu đẹp nhất ? Tại sao ?
- Hàng ngày, bạn có nghe dự báo thời tiết không ? Vì sao ?

D. Bài tập

1. Bài tập ngữ pháp:

<u>Mẫu 1</u>

... chứ không (chưa) ...
... chứ không phải là ...

* "**A chứ không(chưa) B**" là kết cấu để nối hai thành phần câu, hai nội dung có ý nghĩa trái ngược nhau. Nói một cách khác, khẳng định nội dung của A (tức phần trước) đồng thời phủ định nội dung của B (tức phần sau). "**chứ không(chưa)**"는 서로 상반된 의미를 갖는 내용을 연결할 때 쓴다. "A"는 긍정 내용을, "B"는 부정 내용을 말한다. 뜻은 "A이지 B가 아니다". A는 B의 내용을 강하게 부정한다.

Ví dụ:

- Tiếng Việt dễ **chứ không** khó.
- Trời vẫn đang mưa **chứ chưa** tạnh.
- Chúng em là sinh viên **chứ không phải là** nhân viên.
- Em muốn gặp thầy **chứ không** muốn gặp cô.

Luyện tập:

Hãy điền "... chứ không (chưa) ..." hoặc "... chứ không phải là ..." vào các câu dưới đây:

- Họ là người châu Âu ... người châu Á.
- Theo dự báo thời tiết, ngày mai trời mưa ... nắng.
- Bài tập này dễ ... khó
- Em thích cà phê ... thích bia
- Khi bị phê bình, anh ấy chỉ im lặng ... nói.
- Từ này viết dấu Huyền ... dấu Nặng
- Họ chỉ biết Việt Nam qua sách, báo ... bao giờ sang Việt Nam

Mẫu 2

... đấy ?
... đấy !

* "... **đấy ?**" thường được dùng cuối câu hỏi để tăng thêm tính "thân mật", còn "... **đấy !**" trong câu tường thuật biểu thị ý nghĩa thông báo hoặc cảnh báo trước một thông tin nào đó. "... **đấy ?**"는 화자가 청자에게 친근감을 더하기 위하여 의문문의 문미에 쓰며, "... **đấy !**"는 평서문에서 청자에게 어떤 소식을 미리 알리거나 경고하려고 할 때 쓴다.

Ví dụ:

- Các bạn đang làm gì **đấy ?**
- Anh chị đang đi đâu **đấy ?**
- Theo dự báo, ngày mai có mưa to **đấy !**
- Đừng quên chiều mai có cuộc họp quan trọng **đấy !**

Luyện tập: Hãy điền "... đấy ?" hoặc "... đấy !" vào các câu dưới đây:

- Bạn có nhớ không ngày mai là sinh nhật chị Kim ...
- Chiều qua, tớ nhìn thấy các cậu ở khu vực Hồ Hoàn Kiếm, các cậu đi đâu ...
- Trong tiếng Việt, từ "chào" thường đi đôi với từ "hỏi" nên thỉnh thoảng người Việt Nam, dùng các câu như: "Anh đi đâu ...; Chị đang làm gì ..." thay cho lời chào.
- Nếu muốn mình đón thì khi đến sân bay nhớ gọi điện ngay cho mình ...
- Ở Hà Nội, khi qua đường, cậu phải cẩn thận ...

Mẫu 3

cả ... lẫn (và) ...
... cả ... lẫn (và) ...

* "**cả** ... **lẫn (và)** ..." là cặp liên từ dùng để nhấn mạnh và biểu thị mối quan hệ bình đẳng giữa các sự vật, hiện tượng được nói đến. Cặp liên từ này, thường được dùng để nối các danh từ với nhau. "**cả** ... **lẫn (và)** ..."는 "A와 B"라는 뜻으로, 언급되는 사물이나 현상 간의 대등관계를 강조 혹은 표현하기 위하여 사용하는 연결사이다. 이 연결사는 명사와 명사를 연결한다.

Ví dụ:

- **Cả** *tôi* **lẫn** *em gái tôi* đều học ở trường đại học này.
- Các sinh viên ở đây học **cả** *tiếng Việt* **lẫn** *tiếng Anh.*
- **Cả** *hôm qua* **lẫn** *hôm nay*, trời đều mưa.
- Nhờ có bác sĩ giỏi mà bệnh viện đã cứu được **cả** *mẹ* **lẫn** *con.*

Luyện tập:

a. Sử dụng kết cấu "cả ... lẫn ..." để biến đổi các câu sau:

- Tôi và chị ấy đều là người Hàn Quốc.
- Anh ấy biết tiếng Việt và tiếng Anh.
- Năm ngoái, tôi và bạn tôi đã đi học tiếng Việt ở Việt Nam.
- Các sinh viên ở đây học buổi sáng và buổi chiều.
- Hôm qua chị ấy nghỉ học. Hôm nay, chị ấy cũng nghỉ học.
- Chị Kim năm nay 20 tuổi. Anh Park bằng tuổi chị Kim.
- Chị Hana đi du lịch. Chị Eun Mi cũng đi du lịch.

b. Hoàn thành các câu sau:

- Cả anh ấy lẫn chị ấy đều …
- Cả ngày hôm nay lẫn ngày mai, chúng tôi …
- Cả khi trời mưa lẫn khi trời nắng, họ …
- Họ thích cả … lẫn …
- Người nông dân Việt Nam làm việc …
- Năm ngoái, chúng em đã học tiếng Việt ở …
- Các bạn tôi đã đi du lịch cả …

2. Bài tập nâng cao.

a. Dùng kết cấu "… chứ không …", "… chứ không phải là …" để trả lời các câu hỏi sau:

- Các chị ấy là sinh viên của trường ta à ?
  → Không, …
- Các bạn đang chuẩn bị về nước phải không ?
  → Không, …
- Ông Nam còn trẻ phải không ?
  → Không, …
- Các em thích uống nước cam phải không ?
  → Không, …
- Cô ấy khóc vì buồn à ?
  → Không, …
- Các em đến Việt Nam để đi du lịch phải không ?
  → Không, …

b. Thử xem những câu sau, câu nào đúng, câu nào sai:

- Cả hôm qua lẫn hôm nay đều trời mưa.
- Chủ nhật là ngày nghỉ chứ không ngày làm việc.
- Tôi biết họ chứ không biết bạn của họ.
- Chúng em học tiếng Việt. Chứ không học tiếng Trung Quốc.
- Chúng tôi mùa Hè thích chứ không mùa Thu thích.
- Tôi gọi điện cho em gái anh chứ không phải cho anh.
- Mùa Đông ở Hàn Quốc lạnh đấy chứ không như ở Việt Nam đâu.

3. Bài tập viết:

Hãy viết khoảng 30 câu miêu tả về thời tiết ở Seoul hôm nay.

BÀI BỐN

HỌC TIẾNG VIỆT

A. Từ vựng

1. Đọc nhiều lần các từ sau:

tiếng mẹ đẻ : 모국어
ngoại ngữ(外語) : 외국어
từ vựng(辭彙) : 어휘
ngữ pháp(語法) : 문법
phát âm(發音) : 발음
thanh điệu(聲調), dấu : 성조

giọng : 목소리
đáp xuống : 착륙하다
chăn trâu : 소를 돌보다
bối cảnh(背景) : 배경
e : 걱정하다, 염려하다
lo, lo lắng : 걱정하다, 염려하다
chán nản : 실망시키다
kỷ niệm(紀念) : 기념
kiêm(兼) : 겸하다
tài trợ(財助) : 지원하다
tàn ác(殘惡) : 잔악하다
chết chóc : 죽다
tàn sát(殘殺) : 잔인하게 살해하다
chịu đựng : 참다, 대항하다
chứng kiến(證見) : 증언
đại bác(大炮) : 대포
tiếng địa phương(地方) : 방언
hiện lên(現) : 나타나다
chợt : 갑자기
riêng tư(私) : 사적인
ngại : 걱정하다, 염려하다, 두려워하다
băn khoăn : 불안한
ký ức(記憶) : 기억
gắn bó : 관련하다
nhiếp ảnh(攝影) : 사진을 찍다
bi thảm(悲慘) : 비참한
dã man(野蠻) : 야만스러운
đốt phá(破) : 파괴하다
đọng lại : 남아있다
ám ảnh(暗影) : 늘 따라 다니는, 떨쳐버릴 수 없는
xe tăng : 탱크
trí tuệ(智慧) : 지혜

2. Tìm các từ đồng nghĩa và đặt câu với chúng:

bối cảnh →
đáp xuống →
chợt →
hiện lên →
hạ dần →
phản đối →
đọng lại →
xúc động →

B. Tập nghe tiếng Việt

1. Đọc hội thoại sau:

Trang : Bạn sang Việt Nam khi nào ? Sao không gọi điện cho mình ?

Kim : Mình mới sang hôm kia. Bận quá, định tối nay mới gọi điện cho cậu. Thế nào, tình hình cậu dạo này thế nào ?

Trang : Vẫn thế ! Còn cậu về nước thế nào ?

Kim : Mình về tìm thêm một ít tài liệu để sang viết luận văn … nên chủ yếu là ở thư viện, không đi đâu được nhiều …

Trang : Cậu cần những tài liệu gì mình có thể giúp được không ?

Kim : Đề tài luận văn của mình là tìm hiểu về mục đích tham chiến của các đồng minh với Mỹ trong chiến tranh Việt Nam, mà trong đó có quân đội Hàn Quốc nên nói chung là đủ.

Trang : Cậu thấy mục đích đó là gì ?

Kim : Theo mình, mục đích chính vẫn là vì kinh tế !

Trang : Mình thấy đề tài nghiên cứu của cậu rất hay. Bao giờ viết xong, nhớ cho mình đọc với nhé !

Kim : Nhất định rồi ! Mình còn muốn nhờ cậu sửa chữa cho nữa đấy ! Vì viết bằng tiếng Việt khó lắm, nhất là ngữ pháp, hoàn toàn không đơn giản một chút nào !

Trang : Mình nghĩ, viết luận văn bằng ngoại ngữ thì tiếng nào cũng khó, không phải chỉ có tiếng Việt đâu !

2. Đọc bài đọc sau:

Vì sao tôi học tiếng Việt

Máy bay đang hạ dần độ cao đáp xuống sân bay Nội Bài. Máy bay càng xuống thấp, phong cảnh nông thôn Việt Nam càng hiện lên rõ hơn: trẻ em chăn trâu, những người nông dân đang làm ruộng, những cánh đồng rộng rãi, bao la … Tôi cảm thấy lòng mình thật vui sướng. Bất chợt, tôi nghĩ rằng, tôi đang trở về Việt Nam của tôi chứ không phải tôi đang đến Việt Nam.

"Tại sao tôi học tiếng Việt?", một câu hỏi mà trong suốt bốn năm qua từ khi tôi thi đỗ vào khoa Đông Nam Á, trường Đại học Ngoại ngữ Tokyo đến nay, không biết bao nhiêu lần tôi đã phải trả lời nó. Nếu kể hết mọi lý do khiến tôi chọn và học tiếng Việt thì tôi phải kể đến những bối cảnh lịch sử, kinh tế, giáo dục và văn hóa của đất nước Nhật Bản; phải kể đến cả cuộc sống riêng tư của bản thân tôi nữa. Tôi e rằng, như vậy chắc sẽ làm các bạn chán nản. Có lẽ tốt hơn, tôi sẽ chọn ra trong ký ức mình một trong những kỷ niệm đẹp về sự gắn bó, sự gặp gỡ của tôi với Việt Nam, …

Đó là khi tôi mới 4 đến 5 tuổi. Lúc đó, cuộc chiến tranh Việt Nam đã kết thúc (1975). Trong nhà tôi, thường có nhiều sách báo giới thiệu về Việt Nam và chiến tranh ở Việt Nam. Một lần xem sách, tôi đã tìm thấy một tập ảnh lớn. Nó đã làm tôi vô cùng sợ hãi và xúc động. Tác giả của tập ảnh này là hai nhà báo kiêm nhiếp ảnh người Nhật: Honda Katsuychi và Ishikawa Bunyô. Tập ảnh được ra đời nhờ sự tài trợ của một nhóm những người phản đối chiến tranh tại Việt Nam. Tập ảnh đã ghi lại nhiều hình ảnh bi thảm, tàn ác và rất dã man của chiến tranh: những cảnh về chết chóc, bắt người, giết người, đốt phá làng xóm, tàn sát trẻ em, …v.v. Những hình ảnh đó đã đọng lại trong ký ức tôi cho đến tận bây giờ …

Thế đấy, tuổi thơ của tôi đã cùng chịu đựng, cùng chia sẻ và bị ám ảnh bởi những nỗi đau đớn với Việt Nam. Sau này, khi đã lớn khôn, có dịp xem lại tập ảnh ấy, tôi đã chọn ra một bức ảnh, trong đó ghi lại cảnh những chiếc xe tăng đang tàn phá đồng ruộng Việt Nam và cạnh đó là những người nông dân đang làm việc. Họ vẫn làm ruộng, cày cấy. Họ không hề sợ hãi, cũng chẳng hề bỏ chạy …

Lúc đó, tôi cứ tự hỏi mình rằng: "Sức mạnh nào,

ý chí nào khiến họ như vậy ?”. Và, bây giờ khi đã được sống và trực tiếp chứng kiến về con người Việt Nam, tôi nghĩ: “Tương lai của loài người chắc chắn sẽ không thuộc về những chiếc xe tăng, đại bác. Nó phải thuộc về những đôi tay trí tuệ và sáng tạo …” Và, cũng chính vì vậy mà tôi đã chọn học tiếng Việt …

(Phỏng theo Washizu Koyumi Báo “Hà Nội mới” – 1993)

3. Trả lời các câu hỏi sau:

- Theo bạn, chị Kim đang làm gì ở Việt Nam ?
- Đề tài nghiên cứu của chị Kim về vấn đề gì ?
- Bạn thấy chị Kim nghĩ về viết luận văn bằng tiếng Việt thế nào ? Bạn có đồng ý với ý kiến đó không ? Tại sao ?
- Bạn có suy nghĩ thế nào về sự tham chiến của quân đội Hàn Quốc trong chiến tranh Việt Nam trước đây ?
- Tác giả của bài báo này là ai ? Bài báo này đã được in ở đâu ?
- Tác giả bài báo là sinh viên nước nào ? Đang học tiếng gì ? Năm thứ mấy? Ở trường đại học nào ?
- Bạn hãy cho biết, lý do chọn học tiếng Việt của tác giả là gì ?
- Hàn Quốc cũng là một nước đã trải qua chiến tranh, bạn nghĩ về chiến tranh như thế nào ?

C. Tập nói tiếng Việt

1. Thử giải thích các từ sau:

ngoại ngữ → ……
tiếng địa phương → ……
tiếng mẹ đẻ → ……
nông dân → ……
nhà báo → ……
nhà nhiếp ảnh → ……
sinh viên → ……
tuổi thơ → ……

2. Tập nói theo chủ đề.

- Bạn hãy cho biết lý do bạn chọn học tiếng Việt ?

a. để lấy một tấm bằng đại học
b. để tìm hiểu về đất nước và con người Việt Nam
c. không còn một sự lựa chọn nào khác.
d. để tìm một việc làm tại Việt Nam
. . . . .

- Theo bạn, học tiếng Việt khó nhất là gì ?

a. phát âm
b. cách sử dụng từ
c. ngữ pháp
. . . . .

- Theo bạn, phương pháp học tiếng Việt tốt nhất là gì ?

a. chăm chỉ học ở thư viện
b. nghe băng, xem đĩa nhiều
c. tiếp xúc với người Việt Nam
d. nên đi thực tập thêm ở Việt Nam
. . . . .

- Bạn thích làm gì sau khi tốt nghiệp khoa Tiếng Việt ?

a. làm việc ở một công ty ở Hàn Quốc hoặc ở Việt Nam
b. làm việc ở một cơ quan chính phủ
c. làm việc trong một tổ chức xã hội
d. tìm một việc làm có liên quan đến tiếng Việt và Việt Nam
e. tiếp tục học thạc sĩ học và tiến sĩ
. . . . .

- Là một sinh viên đang học tiếng Việt tại Hàn Quốc, theo bạn có nên sang Việt Nam một thời gian để thực tập không ? Vì sao ? Nếu có thì thời gian học ở Việt Nam bao lâu là tốt nhất ?

D. Bài tập

1. Bài tập ngữ pháp.

Mẫu 1

Tìm và chuyển các tính từ sau theo mẫu rồi đặt câu với chúng:

Ví dụ: cao → **độ** cao
→ **chiều** cao

→ Máy bay đang hạ dần độ cao.
→ Chiều cao của ngọn núi này là 1.500 mét.

Tiếp tục với:

dài → ....
rộng → ....
sâu → ....
dày → ....
vui → ....
buồn → ....

Mẫu 2

E, ngại, lo (lo lắng), băn khoăn, sợ ...

* "**E, ngại, lo (lo lắng), băn khoăn, sợ** ..." là nhóm động từ biểu thị trạng thái, tâm trạng của người nói. Chúng thường kết hợp với hai liên từ hoặc "**là**" hoặc "**rằng**". Trong đó, "**e**" biểu thị một nội dung thông báo chưa "chắc chắn"; "**ngại**" đơn giản chỉ là sự không thích, không muốn; còn "**băn khoăn, lo, sợ**" biểu thị những trạng thái "lo lắng" khác nhau. "**Băn khoăn**" là sự lo lắng ở mức độ thấp, còn "**sợ**" mức lo lắng cao hơn. "**E, ngại, lo (lo lắng), băn khoăn, sợ** ..."는 상황, 사건 등에 대한 화자의 마음상태(걱정, 염려, 두려움)를 표현하는 동사이다. 이 중 "**sợ**" 는 걱정하는 정도가 가장 심하다. 이들은 "**là**" 혹은 "**rằng**" 등의 연결사와 결합하여 쓰기도 한다.

Ví dụ:
- Tắc đường như thế này, em **e là** sẽ đến lớp muộn.
- Chúng em rất **ngại** sống xa gia đình.

- Khi em ở Việt Nam, mẹ em luôn **lo rằng**, em sẽ bị ốm.
- Hiện nay, em đang rất băn khoăn là không biết có nên nói chuyện này với anh ấy không.
- Em rất sợ bị ốm

Luyện tập:

Hãy điền nhóm động từ trên vào các câu sau:

- Chúng tôi …, anh ta sẽ đến muộn.
- Chúng tôi …, hôm nay chị ấy sẽ không đến được.
- Tôi luôn cảm thấy rất … khi được ai đó mời dự sinh nhật.
- Buổi tối, chúng tôi rất …. uống chè và cà phê vì … mất ngủ.
- Chị ấy …, không biết có nên nói với anh ấy chuyện buồn này không ?
- Bố mẹ luôn luôn … về tương lai của con cái.
- Khi phải sống xa gia đình, chúng tôi rất … bị ốm.
- Các cô gái thường rất … đi chơi ban đêm một mình vì họ … ma.
- Tục ngữ Việt Nam có câu: "Một người … bằng một kho người làm"

Mẫu 3

Cách tạo tính từ hai âm tiết:

tốt	+	**đẹp**	=	**tốt đẹp**	
to	+	**cao**	=	**to cao, …**	**(a)**
nóng		→		**nóng nực**	**(b)**
gần		→		**gần gũi**	
đẹp		→		**đẹp đẽ, …**	
mát	+	**lạnh**	→	**mát lạnh**	
xanh	+	**thẫm**	→	**xanh thẫm, …**	**(c)**

* Về cấu trúc, dễ thấy trong tiếng Việt có hai loại tính từ: loại một âm tiết, ví dụ như "**tốt**", "**đẹp**", "**nóng**", "**tiện**"..., và loại hai âm tiết, như "**tốt đẹp**", "**nóng nực**", "**tiện lợi**"...v.v. Ý nghĩa và cách dùng trong câu của hai loại tính từ này cũng không giống nhau. Thông thường, tính từ 2 âm tiết kết hợp với các danh từ 2 âm tiết. Có 3 cách tạo

tính từ 2 âm tiết: (a) và (b) được gọi là phương thức ghép. Có hai loại ghép: ghép đẳng lập (nghĩa là hai yếu tố đẳng lập với nhau) và ghép chính phụ (một yếu tố chính và một yếu tố phụ). Còn (c) được gọi là phương thức láy. 이음절 형용사 만드는 방법: 이음절 형용사의 문장 내 의미나 사용방법은 서로 다르다. 일반적으로 이음절 형용사는 이음절 명사와 결합한다. 이음절 형용사를 만드는 방법은 3가지가 있다. (a)는 등위적(등위관계) 결합방식이고, (b)는 정·부적(정요소와 부요소) 결합방식이며, (c)는 되풀이 결합방식이다.

Ví dụ:

- **Xã hội** càng ngày càng **tốt đẹp** hơn.
- **Chị ấy đẹp**. Hoặc
- **Chị ấy tốt**.
- **Thế hệ trẻ Việt Nam** bây giờ có vẻ **văn minh** hơn.
- **Cuộc sống** thật là **tươi đẹp** !

Luyện tập:

a. Bạn hãy tìm các tính từ hai âm tiết có trong bài đọc trên rồi thử đặt câu với chúng (với sự giúp đỡ của giáo viên):

Ví dụ: rộng rãi

→ Đến nông thôn Việt Nam bạn sẽ tận mắt nhìn thấy vô số những cánh đồng lúa rộng rãi, bao la …

→ Đối với bạn bè, anh ta luôn chi tiêu rộng rãi.

. . . .

b. Thử cấu tạo tính từ hai âm tiết dưới đây:

Ví dụ:

sạch	→	**sạch** bóng
	→	**sạch** trơn
	→	**sạch** sẽ
	→	**sạch** sành sanh

Tiếp tục với:

tối → . . .
bẩn → . . .
sáng → . . .
đắt → . . .
rẻ → . . .
gần → . . .
xa → . . .
thật → . . .
giả → . . .
nhanh → . . .
chậm → . . .
dễ → . . .

Mẫu 4

... có ... đâu
... không ... đâu

* "... **có** ... **đâu**" và "... **không** ... **đâu**" đều là những kết cấu phủ định hay được dùng trong khẩu ngữ. Kết cấu "... **không** ... **đâu**" để nhấn mạnh thêm ý nghĩa phủ định trong câu. "... **có** ... **đâu**"와 "... **không** ... **đâu**"는 구어체에서 부정의 의미를 강조하려고 할 때 쓰는 표현이다.

Ví dụ:

- Chúng ta đi thôi, chắc anh ấy **không** đến **đâu** !
- Hãy tin tôi đi, tôi **không** lừa cô **đâu** !

* Trong khi đó, ở kết cấu "... **có** ... **đâu**" bên cạnh mang ý nghĩa xác nhận sự phủ định còn bác bỏ mạnh mẽ ý kiến người khác và khẳng định lại về sự kiện được nói đến là hoàn toàn thiếu chính xác, không phải là sự thật. Để nhấn mạnh thêm tính thiếu chính xác của thông tin, trong khẩu ngữ hay dùng: "**có đâu**" (hay "**không phải thế đâu**") hoặc **đâu mà** (hay "**không đúng thế đâu**"). 구어체에서 상대방의 의견이나 주장 등을 더욱 강하게 부정하고자 할 때는 "**có đâu**"("**không phải thế đâu**") 혹은 "**đâu mà**" ("**không đúng thế đâu**")를 쓴다.

Ví dụ:

- Hôm qua tôi **có** gặp anh ấy **đâu** ! (Sao anh lại cứ nói là tôi đã gặp anh ấy hôm qua)
- Tôi **có** nói như vậy **đâu** ! (Vì sao anh cứ khẳng định là tôi đã nói như thế)
- **Có đâu**. Hôm qua tôi **có** gặp anh ấy **đâu** !
- **Đâu mà**. Tôi **có** nói như vậy **đâu** !

Luyện tập:

a. Sử dụng kết cấu *"... có ... đâu"* **trả lời các câu hỏi sau:**

- Nghe nói anh ấy bị ốm ?
  → Đâu mà. Anh ấy có ốm đâu !
- Hình như, hôm qua hai bạn đã gặp nhau ?
  → . . . .
- Tôi nghe nói, mùa Đông ở Việt Nam còn lạnh hơn ở Hàn Quốc ?
  → . . . .
- Người ta đồn rằng, anh chị mới cưới nhau, có đúng không ?
  → . . . .
- Họ nói là giá cả sinh hoạt ở Hà Nội đắt hơn ở Seoul ?
  → . . . .
- Hình như các bạn mới đi Việt Nam về phải không ?
  → . . . .
- Có phải người Việt hay hỏi tuổi vì tò mò, phải không ?
  → . . . .
- Hôm nay là Chủ nhật, phải không ?
  → . . . .
- Tối qua, các bạn uống bia suốt đêm, phải không ?
  → . . . .
- Các em vừa đi học vừa đi làm thêm, phải không ?
  → . . . .
- Ở Hàn Quốc, sau khi cưới, người vợ phải ở nhà, phải không ?
  → . . . .
- Nghe người ta nói là, anh ấy đã bỏ được thuốc lá rồi, phải không ?
  → . . . .

b. Sử dụng kết cấu *"... không ... đâu"* và các từ gợi ý trong ngoặc hoàn thiện các câu sau:

- Anh cứ yên tâm đi, chị ấy . . . . (*nói dối*).
- Cứ chờ thêm 5 phút nữa, ông ấy . . . . (*sai hẹn*).
- Các bạn đừng lo, chuyện ấy . . . . (*phải thế*).
- Anh, chị nên tin tôi, tôi . . . . . . (*làm hại*).
- Các bạn không nên băn khoăn, tình hình ở Việt Nam . . . . (*phức tạp*)
- Chị đừng ngại, món Kimchi . . . . (*cay lắm*).
- Ông ấy vừa gọi điện cho tôi, nói là ông ấy . . . (*đến*).
- Chúng ta ăn đi, giờ này chắc họ . . . . (*tới*).

c. Chọn khả năng đúng rồi điền vào chỗ trống trong các câu sau đây:

- Hồi nhỏ, tôi rất . . . ma

① sợ ② e ③ băn khoăn ④ lo lắng

- Chiều qua em đã gọi điện cho anh phải không ?

Đâu mà, chiều qua em có gọi điện cho anh . . .!

① mà ② đâu ③ không ④ có

- Khi bố tôi bị bệnh nặng, điều trị ở bệnh viện, cả gia đình tôi . . .

① xa lánh ② sung sướng ③ vui vẻ ④ buồn bã

- Khi chúng tôi đi du học ở nước ngoài, bố mẹ chúng tôi thường . . .

① e ② lắng lo ③ lo lắng ④ ngại e

- Các anh chị rất . . . ăn Kimchi phải không ?

Trái lại, chúng tôi rất thích.

① e ② ngại ③ vui vẻ ④ sung sướng

- Chị có nói là học tiếng Hàn rất dễ phải không ?

Đâu mà. Em . . . nói như vậy đâu !

① có ② e ③ ngại ④ lo

- Tôi thấy rằng, cuộc sống của người nông dân ở đất nước chúng tôi hiện nay vẫn còn nhiều khó khăn, . . .

① giàu có ② vui vẻ ③ vất vả ④ sung sướng

- Chúng tôi nghe nói, tuần sau anh chị tổ chức đám cưới phải không ?

Có đâu ! Tôi và anh ấy có yêu nhau . . . mà cưới .

① đâu　　② có　　③ có đâu　　④ đâu có

2. Bài tập nâng cao.

a. Bạn hãy tìm những yếu tố còn thiếu đối với các tính từ 2 âm tiết trong đoạn văn dưới đây:

Đà Lạt nằm trên cao nguyên Lâm Đồng, ở độ cao 1500m so với mặt biển. Đà Lạt quanh năm mát ..., nhiệt độ trung bình khoảng 19 độ C, lượng mưa hàng năm khoảng 1500mm. Đà Lạt có hơn 20.000 héc-ta (ha) rừng thông, hàng trăm loài chim trong đó gồm nhiều loại chim quí ... Thành phố Đà Lạt là nơi tập trung của hơn 200 loài hoa phong lan và nhiều loại hoa quí của vùng ôn đới. Nhân dân ở đây đã có truyền thống sản xuất và cung cấp cho thị trường nhiều loại rau quả ngon vùng ôn đới.

Khách du lịch đều cảm thấy ... mái vì được sống trong những khách sạn xinh ... giữa một thành phố ... sạch và ... tĩnh. Du khách sẽ cảm thấy ... thú khi ngồi trên xe ngựa để đi thăm nhiều nơi có phong cảnh đẹp, xa ... và ... thơ.

b. Phục hồi các câu hỏi cho những câu trả lời dưới đây:

- . . . . ?
- Chúng tôi có làm việc ấy đâu !
- . . . . ?
- Tôi có nói là chị ấy phê bình anh đâu !
- . . . . ?
- Hôm qua, tôi ở nhà cả ngày, có gặp cô ấy đâu !
- . . . . ?
- Có ai gõ cửa đâu !
- . . . . ?
- Có ai thông báo cho chúng tôi biết đâu !
- . . . . ?
- Tối qua, em có đi chơi với anh ấy đâu !

3. Bài tập viết.

Bạn hãy sử dụng các từ trong bài viết về lý do bạn chọn học tiếng Việt .

BÀI NĂM

ÔN TẬP 1
Cơ thể con người

Bài tập 1

a. Hãy dùng mũi tên (→) chỉ ra các bộ phận của cơ thể con người:

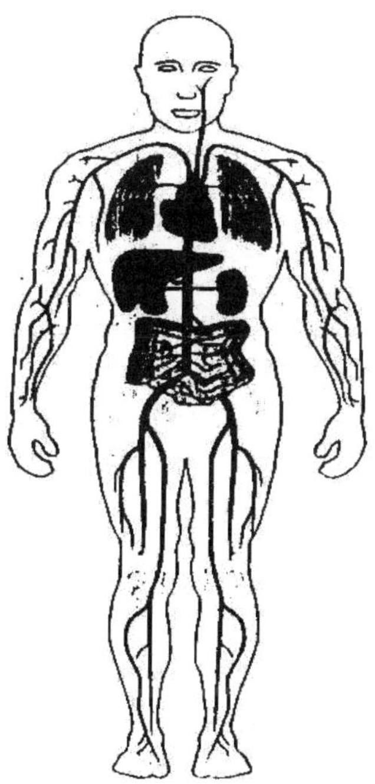

A. Đầu

tóc : 머리카락
tai : 귀
mắt : 눈
má : 뺨, 볼
lông mày : 눈썹

trán : 이마
mũi : 코
mồm, miệng : 입
cằm : 턱
lông mi : 속눈썹

B. Thân mình

cổ : 목
ngực : 가슴
bụng : 배
phổi : 폐
dạ dày : 위
xương : 뼈

vai : 어깨
vú : 유방
tim : 심장
gan : 간
ruột : 창자
rốn : 배꼽, 탯줄

C. Tứ chi

tay : 손
bàn tay : 손바닥
ngón tay : 손가락
bắp tay : 팔근육
đầu gối : 무릎
mông : 엉덩이

chân : 다리
bàn chân : 발바닥
ngón chân : 발가락
bắp chân : 다리근육
đùi : 넓적다리
mạch máu : 혈관

b. Trả lời các câu hỏi sau:

- Hai cơ quan **răng** và **lưỡi** nằm ở đâu ?
- Để bảo vệ răng, miệng, mọi người thường làm gì ?
- Trong **ngực** gồm những cơ quan nào ?
- Theo bạn, nếu hút thuốc lá sẽ gây nên bệnh gì ?
- Mỗi bàn tay, bàn chân con người thường gồm mấy ngón ?
- Bạn hiểu thế nào về từ "**ốm**" và "**đau**" trong tiếng Việt ? Cho ví dụ ?
- Bạn hãy thử giải thích từ "bệnh viện" bằng tiếng Việt ?
- Người đang bị bệnh, phải đi bệnh viện tiếng Việt gọi là gì ?

Bài tập 2

a. Ôn tập cách dùng các kết cấu ngữ pháp sau đây:

... và ...
... vừa ... vừa ...
... không những ... mà còn ...
... không chỉ ... mà còn ...

* Đây là những kết cấu dùng để nối hai yếu tố có quan hệ bổ sung cho nhau. Các yếu tố có thể được thể hiện bằng tính từ (tính chất) hoặc động từ (hành động). Trong kết cấu "... **và** ...", "... **vừa** ... **vừa**..." các yếu tố có tính bình đẳng; còn ở hai kết cấu còn lại, tính bổ sung thuộc về yếu tố thứ hai, nghĩa là nội dung ở phía sau "... **mà còn** ..."; nội dung sau "... **không những** ..., ... **không chỉ** ..." thường được đánh giá quan trọng hơn. 서로 보완관계가 있는 두 요소를 연결하기 위하여 사용하는 구조이다. 여기서 요소들은 형용사나 동사로 표현된다. 이 중 "... **và** ..."와 "... **vừa** ... **vừa** ..."는 대등성이 있는 요소를 연결한다. "... **không những** ... **mà còn** ..."과 "**không chỉ** ... **mà còn** ..."에서 "... **mà còn** ..." 뒤에 오는 요소가 더 중요하게 평가된다.

Ví dụ:

- Người ta ai cũng muốn sống **và** ai cũng phải chết.
- Các sinh viên ở đây **vừa** học tiếng Việt **vừa** học tiếng Anh.
- Cô ấy **không chỉ** đẹp **mà còn** thông minh (nữa).
- Món ăn Hàn Quốc **không những** ngon **mà còn** rẻ (nữa).

b. So sánh sự khác nhau cúa các kết cấu bằng cách điền vào chỗ trống trong các câu sau:

- Lớp học này … rộng rãi … sáng sủa.
- Chúng em … thích xem phim … thích nghe ca nhạc (nữa).
- Mùa Đông ở Hàn Quốc … khô … rét.
- Chiếc cầu kia … dài … rộng.
- Hàng ngày, gia đình tôi … ăn tối … xem vô tuyến.
- Cô ấy đẹp … có duyên.
- Ngày mai, theo dự báo, thời tiết ở Seoul ấm hơn … không có tuyết.
- Món ăn ở Hàn Quốc … nóng … cay.

c. Sử dụng các kết cấu trên điền vào các chỗ trống trong đoạn văn sau:

Vô tuyến truyền hình … máy thu thanh là những phương tiện truyền thông chính trong xã hội. Vô tuyến truyền hình … giúp ta giải trí … mang lại cho chúng ta nhiều điều bổ ích. Qua vô tuyến truyền hình, chúng ta biết được về con người … các sự kiện đang xảy ra hàng ngày, hàng giờ trên thế giới. Những hình ảnh thường xuất hiện trên vô tuyến … có tác dụng giải trí … nâng cao sự hiểu biết của con người. Khác với máy thu thanh, khi ngồi trước vô tuyến, chúng ta có thể … xem bằng mắt … nghe bằng tai.

Bài tập 3

a. Ôn tập cách dùng các kết cấu ngữ pháp sau đây:

… nhưng (mà, song) …
… tuy … nhưng … (vẫn) …
… mặc dù (dù) … nhưng … (vẫn) …

∗ Đây là những kết cấu dùng để nối hai yếu tố có quan hệ đối lập với nhau. Trường hợp khi tính đối lập giữa hai yếu mạnh và gay gắt hơn, người ta thường sử dụng "**Tuy** … **nhưng** …" hoặc " **Mặc dù (dù)** … **nhưng** …". Sau "… **nhưng** …" thường có "… **vẫn** …". 서로 대립관계에 있는 두 요소를 연결하려 할 때 쓰는 표현: 대립성이 강한 두 요소를 연결하려고 할 때는 "**tuy… nhưng** …" 혹은 " **mặc dù (dù)** … **nhưng** …"을 쓴다. "… **nhưng** …" 뒤에는 보통 "… **vẫn** …"을 쓴다.

Ví dụ:

- Ông ấy tốt **nhưng** hơi nóng tính.
- Thời tiết hôm nay tốt **song** hơi lạnh.
- **Tuy** đã hơn 70 tuổi **nhưng** bà ấy **vẫn còn** khỏe mạnh.
- **Mặc dù** gặp nhiều khó khăn **nhưng** chúng tôi **vẫn** cố gắng học tốt.
- **Dù** mọi người lo lắng nhiều **nhưng** anh ấy **vẫn** quyết định đi Mỹ.

b. So sánh sự khác nhau của các kết cấu bằng cách điền vào chỗ trống trong các câu sau:

- Chiếc ô tô này cũ … ông ấy vẫn mua.
- … học kém … … thi đỗ.
- … khó khăn, gian khổ đến mấy… chúng ta vẫn cố gắng dạy tốt, học tốt.
- … cô ấy không xinh … anh ấy … yêu.

- Món Kim chi của Hàn Quốc, … rất cay … chúng tôi … thích ăn.
- … trời mưa, lạnh … họ … rủ nhau đi chơi.
- Cô ấy không đẹp … rất thông minh.
- … nước rất lạnh … anh ấy … tắm.

c. Sử dụng các kết cấu trên điền vào các chỗ trống trong đoạn văn sau:

Cuộc sống ở thành phố rất ồn ào … mọi người vẫn thích sống ở thành phố. Người ta cho rằng, trong các thành phố có nhiều thứ để xem … rất tiện để thưởng thức.

Hàng ngày, … phải chen chúc nhau trên những đường phố chật chội để đến cơ quan, trường học, nhà máy … mọi người vẫn không muốn xa thành phố. Họ nghĩ …, ở thành phố luôn có nhiều trường học và bệnh viện tốt nên con cái họ có điều kiện để học tập và khi cần đến bệnh viện cũng rất nhanh chóng. … vậy, đôi khi cuộc sống ở thành phố cũng gây nên cho mọi người nhiều sự phiền toái, buồn phiền.

Bài tập 4 **Chọn và điền vào chỗ trống:**

- Anh ấy đã học tiếng Việt 2 năm rồi … vẫn chưa nói được nhiều.
  ① dù ② tuy ③ mặc dù ④ mà

- … anh ấy còn nghèo nhưng anh ấy luôn luôn giúp đỡ mọi người.
  ① nhưng ② dù ③ nếu ④ và

- Ông ấy là một mẫu người hiện đại, không chỉ nói giỏi … làm tốt nữa.
  ① và ② vừa ③ mà còn ④ nhưng mà

- Các anh ấy có thói quen vừa ăn … uống.
  ① vừa ② và ③ cả ④ rồi

- … cô ấy đã cố gắng ăn kiêng nhưng vẫn béo.
  ① do ② mặc dù ③ vì ④ không những

- … đã nhiều tuổi nhưng chị ấy vẫn chưa nghĩ đến chuyện lập gia đình.
  ① nhưng ② mà ③ tuy ④ nếu

- Tiếng Việt … khó phát âm mà còn cả ngữ pháp nữa.
  ① tuy ② dù ③ nhưng ④ không chỉ

- Ở Hà Nội đi lại bằng xe máy không chỉ nhanh … tiện nữa.
  ① mà còn ② và ③ cả ④ nhưng

- Cô ấy không thể đẹp hơn … đã tốn khá nhiều tiền để sắm quần áo đẹp.
  ① do ② mặc dù ③ mà còn ④ và

- Nhờ sự phát triển của khoa học kỹ thuật … con người có được một cuộc sống tiện lợi và thoải mái hơn.
  ① vì ② song ③ mà ④ nhưng

<u>Bài tập 5</u>

1. Đọc bài đọc sau:

Món tiền đầu tiên

Có người hỏi nhà văn Mac Tuên rằng, ông có còn nhớ món tiền đầu tiên ông kiếm được trong đời như thế nào không ? Mac Tuên đã vui vẻ kể lại:

"Tôi nhớ rất rõ chuyện ấy. Đó là hồi tôi còn đang ngồi học trên ghế nhà trường. Một lần, trong lớp tôi đã dùng bút vẽ lên mặt bàn những hình nhăng cuội, không may việc ấy bị thầy hiệu trưởng bắt được. Thầy nói: "Lần sau hễ ai làm việc đó nữa thì phải nộp 5 đô la, hoặc sẽ phải chịu ăn đòn trước toàn trường".

Chẳng bao lâu sau đó, tôi phải đến chỗ bố tôi để xin 5 đô la nộp phạt. Tôi cũng nói với bố tôi là "Con sẵn sàng chịu đủ roi để đỡ cho bố 5 đô la, nhưng bố tôi không nghe, ông bảo:

- Không, dòng dõi gia đình ta không thể nào lại có một đứa con phải chịu phạt trước toàn trường như thế. Và ông rút túi 5 đô la đưa cho tôi sau khi cho tôi ăn một trận đòn"…

Tôi nhận được tiền rồi, đi đến trường, nghĩ là mình vừa ăn đòn của bố, nó cũng chẳng đau cho lắm, nếu bị một trận nữa chắc cũng chịu được. Thế là tôi xin với nhà trường hình phạt bằng roi và giữ lại 5 đô la ấy. Kể xong, ông cười nói tiếp: "Đấy chính là món tiền đầu tiên tôi kiếm được trong đời".

(Phỏng theo Vân Quỳnh)

Từ mới:

món tiền(錢) : 돈
bắt được : 들키다, 발각되다
chịu ăn đòn : 체벌을 당하다
roi : 채찍
hình nhăng cuội : 황당무게한 그림
trận đòn : 체벌
phạt : 벌금을 물다
dòng dõi (gia đình) : 혈통

2. Trả lời các câu hỏi sau:

- Bạn có biết nhà văn Mac Tuên không ? Hãy nói một chút về nhà văn này ?
- Câu chuyện này xảy ra vào thời điểm nào trong cuộc đời của nhà văn Mac Tuên ?
- Nội qui của trường mà Mac Tuên đã học là gì ?
- Vì sao Mac Tuên bị phạt ?
- Tại sao bố Mac Tuên đã đưa cho Mac Tuên 5 đô la ?
- Mac Tuên có nộp phạt cho nhà trường không ? Vì sao ?
- Theo bạn, món tiền đầu tiên mà Mac Tuên kiếm được trong đời được trả giá bằng gì ?
- Còn bạn, món tiền đầu tiên kiếm được trong đời như thế nào ?
- Bạn thấy câu chuyện này có ý nghĩa gì ?

Bài tập 6

Hoàn thiện đoạn văn sau bằng cách điền những yếu tố còn thiếu trong các tính từ hai âm tiết:

Nhìn chung, bán đảo Triều Tiên có đặc điểm của khí hậu ôn…, tuy vẫn có những khác biệt **đa** …về mặt địa lý, đặc biệt là vào mùa Đông. Ở Hàn Quốc có 4 mùa: Xuân, Hạ, Thu, Đông. Sự khác nhau giữa mùa Hạ và mùa Đông là rất lớn. Vào mùa Đông, trời lạnh **gay** … và **hanh** … Mùa Hạ thì **nóng** … và **ẩm** … do ảnh hưởng của biển Thái Bình Dương. Còn những mùa chuyển tiếp là mùa Xuân và mùa Thu thì trời nắng và thường là **khô** …, nhất là mùa Thu, bầu trời **trong** …, thời tiết **mát** … và thật là **dễ** … Mùa Thu là mùa đẹp nhất trong năm.

BÀI SÁU

BƯU ĐIỆN VÀ ĐIỆN THOẠI

A. Từ vựng

1. Đọc nhiều lần các từ sau -

bưu điện(郵電) : 우체국	bưu kiện(郵件) : 우편소포
điện thoại(電話) : 전화	gọi điện (thoại) : 전화하다
trong nước : 국내	quốc tế(國際) : 국제
gửi : 보내다	nhận(認) : 받다
tem : 우표	phong bì(封皮) : 봉투

thùng thư(書) : 우체통

thư nhanh : 속달우편

chuyển phát nhanh(轉發) : DHL, 등기속달

quay số(數) : 번호를 돌리다

lắp (điện thoại) : 전화를 연결하다

thẻ (điện thoại 電話) : 전화카드

đoàn (đại biểu 團代表) : 대표단

an toàn(安全) : 안전한

thực phẩm(食品) : 식품

lời đàm tiếu(談笑) : 담소

tàn ác(殘惡) : 잔악하다

nhảy xuống : 뛰어내리다

trách(責) : 책망하다

ngốc : 어리석은

yên ổn(安穩) : 평안한

thư bảo đảm(書保擔) : 등기우편

thư thường(書常) : 일반우편

nhấc (điện thoại 電話) : 전화기를 들다, 전화를 받다

số (điện thoại 數電話) : 전화번호

(điện thoại) di động(電話移動) : 핸드폰, 이동전화

tín hiệu (điện thoại 信號電話) : 전화벨소리

thủy sản(水産) : 수산

vệ sinh(衛生) : 위생

nhập (khẩu 入口) : 수입하다

con lừa : 당나귀

lưng : 등, 허리

quãng đường : 거리, 길

ngược đời : 상식을 벗어난

tỉnh ra(醒) : 깨닫다

thiên hạ(天下) : 천하

B. Tập nghe tiếng Việt

1. Bạn hãy đọc các hội thoại sau:

a

Chị Hana : Alô, có phải nhà anh Tuấn đấy không ạ ?
Anh Tuấn : Tôi đây. Tuấn đây ! Ai đang nói đấy ạ ?
Chị Hana : Hana đây !
Anh Tuấn : Ồ ! Hana ! Chị sang Hà Nội khi nào ?
Chị Hana : Tôi sang Hà Nội hơn 1 tuần rồi nhưng bận quá, hôm nay mới gọi cho anh được? Thế nào, dạo này anh và gia đình có gì mới không?
Anh Tuấn : Vẫn thế ! Không có gì mới cả ! Lần này chị sang Việt Nam có việc gì vậy ?
Chị Hana : À, tôi đi dịch cho một đoàn thuộc Bộ Thủy sản Hàn Quốc sang Việt Nam để kiểm tra an toàn vệ sinh thực phẩm của một số loại hải sản trước khi nhập vào Hàn Quốc.
Anh Tuấn : Thế, bao giờ thì xong ?

Chị Hana : Chiều nay, công việc đã kết thúc, đêm nay đoàn sẽ về nước.
Anh Tuấn : Thế còn chị ?
Chị Hana : Tôi không về theo đoàn vì muốn ở lại thêm một số ngày nữa.

b

Nam-soon : Alô ! Có phải tắc xi Hà Nội đấy không ạ ?
Nhân viên : Vâng, tắc xi Hà Nội đây !
Nam-soon : Chị cho một xe 4 chỗ đến nhà khách A2 Bách Khoa ...
Nhân viên : Xin cho biết tên và số điện thoại của chị ạ !
Nam-soon : Tôi là Lee Nam Soon, người Hàn Quốc, số điện thoại di động của tôi là 0903308998.
Nhân viên : Xin chờ một lát. Tôi sẽ gọi điện lại cho chị …
. . . .
Nhân viên : Alô ! Chị Lee Nam Soon đấy phải không ạ ?
Nam-soon : Vâng, tôi đây. Tắc xi đến rồi, hở chị ?
Nhân viên : 5 phút nữa tắc xi sẽ đến. Số xe tắc xi là: 3454
Nam-soon : Vâng, xin cám ơn chị !

2. Hãy đọc bài đọc sau:

Chớ nghe lời đàm tiếu

Hai bố con nhà nọ cưỡi lừa đi dạo chơi trong làng. Người làng nhìn thấy họ đều bảo:
- Đúng là những người tàn ác, những hai người cùng ngồi trên lưng một con lừa.
Người bố liền nhảy xuống đất, rồi bảo con:
- Họ nói đúng đấy, con ạ !
Đi một đoạn nữa có người trách họ:

- Thật ngược đời ! Bố thì đi bộ, còn con thì cưỡi lừa ?
- Bố ạ, họ nói đúng đấy ! Bây giờ bố cưỡi lừa, còn con sẽ xuống đi bộ - Người con nói với bố.

Đi một quãng đường nữa, người làng nhìn thấy lại nói:
- Bố thì cưỡi lừa còn con thì đi bộ. Lạ thật !

Nghe thấy thế, cả hai bố con cùng đi bộ.

Một lúc sau, gặp những người đi đường, họ lại nói:
- Thật là ngốc. Có lừa mà không cưỡi.

Cuối cùng, người bố mới tỉnh ra, liền nói với con:
- Con ạ. Nếu muốn yên ổn thì chớ nghe lời đàm tiếu của thiên hạ.

(Theo Trịnh Đức Hiển)

3. Trả lời các câu hỏi (theo nội dung hội thoại và bài đọc):

- Chị Hana đã gọi điện thoại cho ai ? Và chị ấy có gặp được người mà chị ấy cần gặp không ?
- Anh Tuấn là ai ? Anh ấy đã hỏi Hana về những chuyện gì ?
- Lần này, Hana đến Việt Nam với mục đích gì ?
- Chị Lee Nam Soon gọi điện thoại cho ai ? Để làm gì ?
- Xe tắc xi sẽ đến đón chị Nam Soon mang số bao nhiêu ?
- Bạn hiểu thế nào về từ “đàm tiếu” ?
- Trong câu chuyện trên, người ta đàm tiếu về chuyện gì ?
- Cuối cùng, ông bố đã rút ra được kinh nghiệm gì ?
- Theo bạn, đàm tiếu thường tốt hay không tốt ? Vì sao ?
- Bạn hãy cho biết, người Hàn thường đàm tiếu về những chuyện gì ?

C. Tập nói tiếng Việt

1. Thử giải thích các từ sau:

thùng thư → ....
thư bảo đảm → ....
điện thoại cố định → ....
điện thoại di động → ....
điện thoại quốc tế → ....

điện thoại công cộng → ....
điện thoại thẻ → ....
phí (tiền) điện thoại → ....

2. Bạn sẽ nói thế nào nếu:

a. Bạn bị ốm, bạn gọi điện thoại cho cô giáo xin nghỉ học.
b. Điện thoại của bạn bị hỏng, bạn gọi đến trung tâm dịch vụ sửa chữa điện thoại đề nghị họ đến sửa.
c. Có một người đã gọi điện thoại cho bạn và bạn nhận ra người đó đã gọi nhầm.
d. Bạn gọi điện thoại đến nhà ga hoặc một hãng hàng không nào đó để mua vé và đặt chỗ cho một chuyến du lịch.
e. Bạn gọi điện cho người thân để thông báo về lịch trình về nước của bạn vì bạn muốn người thân đón bạn ở sân bay.

3. Đọc mẩu chuyện sau:

Vì sao người phương Đông ăn bằng đũa ?

Từ xa xưa, người Trung Quốc, Hàn Quốc, Việt Nam, Nhật Bản ... đều dùng đũa để ăn cơm. Người ta đã giải thích điều đó như sau:
a. Bắt chước loài chim vì người phương Đông cũng hay ăn các loại hạt (ngũ cốc) nên đôi đũa giống như mỏ chim.
b. Tiện lợi vì khi đi rừng chỉ cần bẻ hai cái que là có thể ăn được.
c. Có lợi cho sức khỏe vì các thầy thuốc phương Đông cho biết: trong lòng bàn tay và trên các ngón tay có nhiều huyệt. Đũa sẽ tác dụng lên các huyệt đó, kích thích ăn ngon miệng. Các bác sĩ Nhật Bản đã làm thí nghiệm và thấy: những đứa trẻ ăn bằng đũa phát triển nhanh hơn những đứa trẻ ăn bằng thìa.

a. Bạn hãy cho biết, trong mẩu chuyện trên có mấy cách giải thích về việc người phương Đông ăn bằng đũa ?
b. Theo bạn, cách giải thích nào hợp lý nhất ? Vì sao ?
c. Bạn có đồng ý với ý kiến của các bác sĩ Nhật Bản không ? Vì sao ?
d. Bạn hiểu thế nào về từ "**bắt chước**" ? Cho ví dụ ?
e. Nhóm từ "**có lợi cho sức khỏe**" nghĩa là gì ? Trái nghĩa với nó là nhóm từ nào ? Bạn hãy đặt câu với 2 nhóm từ trên.

D. Bài tập

1. Bài tập ngữ pháp.

Mẫu 1

Cách tạo danh từ hai âm tiết:

sách + báo = sách báo
nhà + cửa = nhà cửa, ... (a)

nước + mắt → nước mắt
+ lã → nước lã
+ nóng → nước nóng, ... (b)

máy → máy móc
con → con cái, ... (c)

* Cũng như tính từ, danh từ trong tiếng Việt cũng có 3 cách cấu tạo: (a) là ghép danh từ theo phương thức đẳng lập; (b) là ghép danh từ theo phương thức chính phụ; còn (c) là phương thức ghép danh từ mà trong đó có một yếu tố bị mờ nghĩa. 이음절 명사를 만든 방법: 이음절 명사를 만드는 방법은 형용사처럼 3가지 방식이 있다. (a)는 대등방식, (b)는 정·부방식, (c)는 한 요소의 의미가 약화되는 방식이다.

Ví dụ:

- **Đường phố** Hà Nội bây giờ luôn tấp nập và ồn ào.
- **Bố mẹ** luôn lo lắng về sự học hành và tương lai của **con cái** mình.
- Để giữ gìn sức khỏe, hồi nhỏ cô giáo thường dạy: "Không nên ăn **quả xanh**, uống **nước lã**".
- Trong phòng làm việc của ông ấy có rất nhiều loại **máy móc**, **sách báo**.

Luyện tập:

a. Thử cấu tạo danh từ hai âm tiết dưới đây:

<u>Ví dụ:</u>

quần	→	**quần áo**
	→	**quần** lót
	→	**quần** đùi
	→	**quần** dài
	→	**quần** soóc

<u>Tiếp tục với:</u>

áo	→	. . .
bàn	→	. . .
ghế	→	. . .
đường	→	. . .
mưa	→	. . .
nắng	→	. . .
nước	→	. . .
bánh	→	. . .
cơm	→	. . .
máy	→	. . .
phố	→	. . .
cây	→	. . .
trường	→	. . .

b. Hoàn thiện các câu dưới đây bằng các danh từ 2 âm tiết:

- Vào giờ cao điểm trên các đường … Hà Nội chỗ nào cũng đông người.
- Trên khắp đất nước Hàn Quốc, vào mùa Đông, cây ... rụng lá.
- Trường ... là nơi đào tạo nhân tài cho đất nước.
- Mặc dù đường ... xa xôi nhưng anh ấy vẫn đến thăm chúng tôi hàng tuần.
- Hồi nhỏ, mẹ tôi thường dậy sớm để chuẩn bị quần ..., cơm ... cho anh em chúng tôi đến trường.
- Quan hệ giữa tôi và anh ấy chỉ là bạn ...

Mẫu 2

... không nên ...
... đừng (chớ) ...
... không được ...
... cấm ...

* Đây là những từ đứng ngay trước động từ nhằm biểu thị ý nghĩa "ngăn cản, không cho phép". Mức độ "ngăn cản" tăng dần từ "**không nên**" đến "**cấm**". 이것들은 동작이나 행동을 강하게 금지 혹은 저지하가 위하여 동사 앞에 쓰는 표현이다. 강도의 정도는 "... **không nên** ...", "... **đừng (chớ)** ...", "... **không được** ...", "... **cấm** ..." 순이다.

Ví dụ:

Bố mẹ khuyên con cái:
- Các con **không nên** hút thuốc lá !
- Các con **đừng** hút thuốc lá !
- Các con **không được** hút thuốc lá !
- Bố mẹ **cấm** các con hút thuốc lá !

Luyện tập:

a. Hoàn thiện các câu sau đây:
- Tôi hút thuốc lá nhiều, nên anh ấy thường khuyên tôi ...
- Các bạn bảo tôi ... uống cà phê vào buổi tối.
- Bác sĩ đã ... anh ấy uống bia, rượu
- Bố mẹ đã ... em gái tôi quan hệ với anh ấy.
- Anh chị tôi yêu cầu tôi ... đi chơi quá khuya.
- Các bạn tôi thường khuyên tôi ... yêu cô ấy.
- Bố tôi thường bảo tôi: "Con ... thức khuya quá mà ảnh hưởng đến sức khỏe".

b. Bạn thử tìm những thông báo "cấm..." có thể có tại các địa điểm dưới đây:
- Trên máy bay → . . . .
→ . . . .
- Trong công viên → . . . .
→ . . . .

- Trên các đường phố →........
→........
- Khu vực gần bệnh viện →........
→........
- Ở trạm bán xăng, dầu →........
→........
- Trong rạp chiếu phim →........
→........
- Ở một số nơi bí mật quốc gia →........
→........

Mẫu 3

... 동사 + xem ...
... thử + 동사 ... xem (thế nào)
... 동사 + thử xem

* Đây là những kết cấu được dùng khi người nói muốn đề nghị hay động viên (hoặc khuyến khích) người nghe làm một việc gì đó. 이는 청자에게 무엇인가를 시도해보기를 제안, 권유할 때 쓰는 표현이다. 뜻은 "...해 보시죠"이다.

Ví dụ:

- Chị đi tìm **xem** cô ấy đang ở đâu ?
- Em **thử** làm bài tập này **xem** (thế nào) !
- Nghe nói, bà ấy rất khó tính, tôi muốn **thử** gặp bà ấy một lần **xem** !
- Tôi thấy cam này ngon lắm, anh ăn **thử xem** (thế nào) !

Luyện tập:

a. Bạn nói thế nào trong những ngữ cảnh dưới đây:
- Bạn nghe mọi người nói vịnh Hạ Long ở Việt Nam rất đẹp. Và bạn muốn:
→........
- Mọi người nói, chị ấy bị ốm nặng. Vì thế tôi muốn:
→........

- Chúng tôi muốn đến chơi gia đình cô giáo nhưng không biết cô giáo có ở nhà không nên:

→ . . . .

- Một bạn nước ngoài muốn đi ăn thịt chó, nên:

→ . . . .

- Nhiều người nước ngoài rất sợ đi lại bằng xe máy ở Hà Nội, nhưng tôi khuyên họ:

→ . . . .

b. Hãy điền các động từ thích hợp hoặc kết cấu "...thử + động từ + xem" vào các câu dưới đây:

- Anh … xem, kia có phải là thầy Hùng không ?
- Mình thấy bài báo này hay lắm, cậu ...
- Hoa ơi, cậu … lớp trưởng xem ngày mai chúng ta có nghỉ không ?
- Chị đã đi Việt Nam nhiều lần, em muốn nhờ chị … giúp xem, thủ tục đi học ở đó thế nào?
- Mình đã hỏi nhưng cô ấy không nói, cậu ...
- Bạn đã bao giờ ăn Kimchi chưa, theo mình, bạn nên ...
- Pu San là một thành phố đẹp, các bạn nên ...

Mẫu 4

... thì phải

...hình như ... thì phải

* Đây là những kết cấu biểu thị sự phỏng đoán hay phán đoán chưa được chắc chắn lắm của người nói về một sự vật, hiện tượng, hay những nhận xét, đánh giá của người nói về đối tượng, ... 이는 사물이나 현상 혹은 대상에 대한 화자의 불명확한 판단이나 평가를 표현하려고 할 때 쓴다. 뜻은 "...한 것 같다"이다.

Ví dụ:

- Cái ô tô này do Hàn Quốc sản xuất **thì phải**.
- Cái ô tô này, **hình như** do Hàn Quốc sản xuất **thì phải**.
- Họ yêu nhau **thì phải**.
- **Hình như** họ yêu nhau **thì phải**.

Luyện tập:

a. Hãy điền "... thì phải" hoặc " hình như ...thì phải" vào các câu sau đây:

-.. đằng kia có tai nạn ...

- Anh ấy là người Hàn Quốc ...

- ... vào lễ Chu-sok, cả nước Hàn Quốc được nghỉ 3 ngày ...

- ... họ nói được tiếng Việt ...

- ... cô ấy đã quên chúng tôi rồi ...

- Trước đây, ... chúng ta đã gặp nhau ở đâu rồi ...

- Nghe nói mùa Đông ở Hàn Quốc cũng lạnh lắm ...

b. Chọn khả năng đúng và điền vào chỗ trống:

- Tôi cũng không chắc lắm. Hình như họ vừa chia tay nhau ...
  ① hình như ② có lẽ ③ thì phải ④ xem

- Nghe nói anh cũng thích ăn thịt chó, hôm nào tôi mời anh đi ăn ...
  ① có lẽ ② thì phải ③ thử xem ④ đừng

- Trong các công viên công cộng, người ta thường cắm biển "... hái hoa".
  ① cấm ② được ③ cho phép ④ đừng cấm

- Bạn bè thường khuyên tôi: "anh ... hút thuốc lá nhiều quá".
  ① cấm ② được không ③ cho phép ④ không nên

- Các bạn thử nghĩ ... việc đó có nên làm không ?
  ① rồi ② xem ③ đừng ④ cấm

- Chị đã bao giờ sống xa gia đình ... thế nào chưa ?
  ① thử xem ② một lần ③ thử ④ không được

- Ngồi trong rạp chiếu phim họ vẫn nói chuyện, ... họ không nhìn thấy biển "giữ trật tự" thì phải.
  ① không nên ② thì phải ③ hình như ④ đừng

2. Bài tập nâng cao.

Hoàn thiện đoạn văn sau bằng cách điền những yếu tố còn thiếu trong các tính từ và danh từ hai âm tiết:

Ở Hàn Quốc, cách ứng xử của nữ giới được qui định bởi tam cương: theo cha lúc còn con gái, theo chồng lúc đã lấy chồng, và theo con trai khi chồng mất. Việc phụ nữ phục tùng nam giới không phải là do sự **yếu ...** hay **thiếu ...** bẩm sinh của phái nữ mà là theo sự phân công **nghiêm ...** của xã hội. Vai trò của người đàn bà là ở "bên trong", tức trong nhà; còn vai trò của đàn ông là ở "bên ngoài", nghĩa là đất nước, xã hội.

Bổn phận của đàn bà là chăm sóc **con ...**, giúp đỡ chồng trong **công ...**, nấu nướng , may **quần ...** cho gia đình và tạo bầu không khí **yên ...** trong gia đình để người chồng yên tâm lo những vấn đề xã hội.

Tình yêu giữa **nam ...** thường hiếm khi thể hiện một cách **lộ ...**, ngay cả giữa vợ với chồng. Trong quan hệ gia đình cũng như quan hệ **bạn ...**, có những **từ ...** và những lời **tôn ...** đặc biệt để sử dụng với nhau; giữa **vợ ...** cũng có những **từ ...** riêng để nói với nhau.

3. Bài tập viết:

Bạn hãy thống kê tất cả những danh từ 2 âm tiết mà bạn đã biết.

BÀI BẢY

ĐẾN VIỆT NAM

A. Từ vựng

1. Đọc nhiều lần các từ sau:

đi du lịch(遊歷) : 여행가다
mua vé : 표를 사다
vé khứ hồi : 왕복표
đi công tác(工作) : 일하러 가다, 출장가다
lịch trình(歷程) : 과정, 일정
du lịch trọn gói : 패키지여행
vé 1 chiều : 편도표
hành khách(行客) : 승객
đi tham quan(參觀) : 견학가다
máy bay : 비행기

cất cánh : 이륙하다
visa, thị thực(視實) : 비자
chuyến đi : 가는 편
hải quan(海關) : 세관
hành lý(行李) : 짐
thủ tục(手續) : 수속
an ninh(安寧) : 안녕, 보안
kiêng kị : 금기
tập tục(習俗) : 습속
giải quyết(解決) : 해결하다
chửi mắng : 야단치다
cúng bái : 제사하다
hạ cánh : 착륙하다
hộ chiếu(護照) : 여권
lệ phí sân bay(例費) : 공항세
khai(開) : 신고하다
cân (hành lý 斤行李) : (짐) 무게
công an cửa khẩu(公安) : 공항 세관원
kiểm tra(檢查) : 검사하다
bản xứ(本處) : 현지, 본토
lưu truyền(遺傳) : 후세에 전하다
sát sinh(殺生) : 살생
tránh : 피하다
trùng tên(重) : 이름이 겹치다

2. Đọc nhiều lần các nhóm từ sau:

kiểm tra hộ chiếu
gia hạn vi sa
mua lệ phí sân bay
đi du lịch theo tua
đi du lịch trọn gói
chuyến bay bị hoãn

B. Tập nghe tiếng Việt

1. Đọc bài hội thoại sau:

(tại sân bay)

C.A cửa khẩu : Xin lỗi, ông cho kiểm tra hộ chiếu …
Anh Park : Vâng, thưa ông, đây ạ !
C.A cửa khẩu : *(… xem hộ chiếu và kiểm tra visa của anh Park …)*
Anh có thể nói rõ hơn một chút về mục đích đến Việt Nam?
Anh Park : Dạ, tôi đến Việt Nam để thực tập tiếng Việt và tìm hiểu về văn hóa Việt Nam
C.A cửa khẩu : Đây là lần thứ mấy anh đến Việt Nam ?
Anh Park : Dạ, đây là lần thứ hai ạ. Lần trước, tôi đã học ở thành phố Hồ Chí

		Minh 6 tháng.
C.A cửa khẩu	:	Thảo nào, anh nói tiếng Việt giỏi thế ! Lần này, anh sẽ học ở Hà Nội hay ở thành phố Hồ Chí Minh ?
Anh Park	:	Có lẽ một nửa thời gian ở Hà Nội và một nửa ở thành phố Hồ Chí Minh.
		. . . .
C.A cửa khẩu	:	Xin gửi lại anh hộ chiếu …
Anh Park	:	Vâng, xin cám ơn ông !

2. Đọc bài đọc sau:

Những điều kiêng kị

Khi bạn đến một đất nước xa lạ, nếu bạn nắm vững được phong tục tập quán của người bản xứ thì bạn sẽ cảm thấy dễ dàng hơn trong sinh hoạt, cuộc sống và trong mọi công việc mà bạn muốn giải quyết. Việt Nam cũng như nhiều nước trong khu vực Đông Nam Á. Tại đây, người dân còn giữ nhiều tập tục truyền thống. Mặc dù đang sống ở thế kỷ XXI, nhưng nhiều người vẫn giữ vững niềm tin "có thờ có thiêng, có kiêng có lành", từ việc đi lại đến việc làm ăn buôn bán. Nhiều người Việt Nam trước khi làm các việc lớn, (như cưới xin, xây nhà, mở cửa hàng, xin việc, đi thi, …v.v) hoặc đi xa thường xem lịch âm để chọn ngày lành tháng tốt. Trong dân gian luôn lưu truyền các câu như: "Chớ đi ngày bảy chớ về ngày ba" hoặc "Mồng năm, mười bốn, hai ba, đi chơi chẳng được nữa là đi buôn".

Dường như người ta tránh những ngày lẻ khi làm những việc trọng đại. Người Việt Nam và một số dân tộc trong khu vực Đông Nam Á phần lớn theo Đạo Phật nên vào ngày Rằm và ngày mồng một Âm lịch họ thường tránh sát sinh. Một điều thú vị nữa là ngày đầu năm mới người Việt thường cẩn thận từ lời nói đến việc làm: tránh chửi mắng nhau, tránh làm đổ vỡ bát, đĩa, phích, gương, ... v.v, vì họ sợ rằng sẽ bị giông cả năm, nghĩa là luôn gặp các rủi ro.

Một nét khá độc đáo của văn hóa Việt Nam là người Việt trọng ngày giỗ hơn ngày sinh. Khi cúng, người ta làm cỗ rất to. Người ta thắp hương, gọi tên người chết, mời gọi người chết về ăn cỗ với gia đình. Khác với người châu Âu, người Việt không bao giờ đặt tên cho con cái trùng với tên của người trong dòng tộc hoặc bạn bè thân quen. Trùng tên là một điều kiêng kị.

3. Trả lời các câu hỏi theo bài hội thoại và bài đọc:

- Công an cửa khẩu đã yêu cầu anh Park cho xem cái gì ?
- Anh Park đến Việt Nam để làm gì ?
- Ở Việt Nam, anh Park sẽ học ở đâu ?
- Khi bạn đến một đất nước xa lạ, nếu bạn nắm vững được phong tục tập quán của họ, bạn sẽ cảm thấy thế nào ?
- Bạn hiểu thế nào về câu "Có thờ có thiêng, có kiêng có lành" ?
- Hãy cho biết một số điều kiêng kị của người Việt Nam ?
- Vào những ngày đầu năm mới, người Việt thường tránh làm những điều gì ?
- Hãy kể một số điều kiêng kị của người Hàn ?
- Theo bạn, kiêng kị tốt hay không tốt ? Tại sao ?

C. Tập nói tiếng Việt

1. Thử giải thích các từ sau:

vé một chiều → ....
vé khứ hồi → ....
lịch trình → ....
hành khách → ....
du lịch trọn gói → ....
lệ phí sân bay → ....

hành lý → . . . .
kiêng kị → . . . .
ngày giỗ → . . . .

2. Tập nói theo chủ đề:

- Theo bạn, để sang Việt Nam học tiếng Việt, cần những thủ tục gì ?
a. gửi đơn xin học đến một trường đại học ở Việt Nam.
b. làm các thủ tục xin visa.
c. mua vé và đặt chỗ máy bay.
. . . . .

- Để sang Việt Nam học, về mặt cá nhân, bạn cần chuẩn bị những gì ?
a. về mọi chi phí cho thời gian ở Việt Nam ?
b. quần áo, tư trang, đồ dùng cá nhân ?
c. một số thông tin về nơi bạn đến học ở Việt Nam ?
d. liên hệ với trường đại học nơi bạn đến học ?
. . . . .

- Theo bạn, khi đến Việt Nam, những việc gì nên làm đầu tiên ?
a. tìm và thuê một chỗ ở ? Theo bạn thế nào là một chỗ ở tốt ?
b. đến trường đại học để biết thời khóa biểu ?
c. chọn một phương tiện để đi lại ở nơi bạn học ?
. . . . . .

- Theo bạn khi đến Việt Nam, cần chú ý và nên cẩn thận những điều gì?
a. giao thông, đi lại ở Việt Nam ?
b. sinh hoạt và các đồ ăn, đồ uống ở Việt Nam ?
c. phong tục tập quán và quan hệ với người Việt Nam ?
. . . . . .

- Để chuyến du học của bạn có hiệu quả, theo bạn nên dành thời gian nhiều cho:
a. học và tiếp xúc nhiều với người Việt Nam ?
b. đi tham quan du lịch nhiều vùng, miền trên lãnh thổ Việt Nam ?
c. tìm hiểu văn hóa, con người và đất nước Việt Nam qua sách, báo ?
d. kết bạn với một người Việt Nam ?
. . . . . .

D. Bài tập ngữ pháp

1. Bài tập ngữ pháp.

<u>Mẫu 1</u>

... làm sao để (cho) ... = làm thế nào để ...

* Đây là kết cấu thể hiện sự quyết tâm, ước muốn của chủ thể. 이는 주체의 결심이나 소망을 구현하려는 표현이다. 예컨대, 여자친구가 자신을 오해하고 있을 때 이를 풀어야 하는데 적당한 방법을 찾지 못하고 있는 경우이다. 뜻은 "어떻게 ...하지"이다.

<u>Ví dụ:</u>

"*Một người bạn gái đã hiểu lầm anh ấy. Anh ấy muốn cô ấy thông cảm cho anh ấy nhưng anh ấy chưa tìm được cách nào tốt nhất để nói với cô ấy*". Vì thế:

→ Anh ấy chưa biết **làm thế nào để** cô ấy thông cảm
→ Anh ấy chưa biết **làm sao cho** cô ấy thông cảm

<u>Luyện tập</u>:

a. Đọc, hiểu kĩ ngữ cảnh rồi:

- Một bài tập quá khó đối với anh. Anh chưa làm được, anh đang tìm cách giải.

  → . . . .

- Anh ấy muốn trở nên giàu có. Anh ấy hỏi một người bạn về cách làm giàu

  → . . . .

- Anh yêu một cô gái. Anh đã nói với cô ấy nhiều lần về tình cảm của anh nhưng chưa có kết quả.

  → . . . .

- Anh ấy muốn đi du lịch thành phố Hồ Chí Minh bằng xe máy. Tôi biết điều đó rất khó thực hiện. Nhưng hiện tại:

→ . . . .

- Chị ấy mới học tiếng Việt 3 tháng. Một người muốn nhờ chị ấy dịch một bài báo sang tiếng Việt.

→ . . . .

b. Điền "làm sao cho (để) ..., làm thế nào để ..." vào các câu sau:

- Tôi muốn ... gia đình tôi đỡ nghèo hơn.
- Anh ấy không biết ... cô ấy hết giận.
- Họ luôn luôn cố gắng ... hoàn thành tốt nhiệm vụ.
- Tôi chưa biết ... anh ấy tin tôi.
- Chị ấy không biết ... anh ấy tha thứ cho mình.
- Chúng tôi chưa biết ... họ hiểu rằng, đó là một sự sai lầm lớn.

Mẫu 2

... chẳng (không) thiếu chi (gì) ...

* Đây là kết cấu để khẳng định một số lượng lớn sự vật, hiện tượng sẵn có. 이는 현존하는 사물이나 현상의 넉넉함을 강조하려고 할 때 쓰는 표현이다.

Ví dụ:

- Ông ta **chẳng thiếu gì** tiền.
- Thời buổi này **thiếu gì** người tài giỏi.
- Đối với anh ta thì **không thiếu gì** cách để chinh phục cô ấy.

Luyện tập:

a. Bạn sẽ nói thế nào, nếu bạn nghĩ:

- Trong cuộc sống hiện nay có quá nhiều người giàu nhưng cũng rất nhiều người nghèo.

- Trong xã hội có nhiều người sẵn sàng chống lại những điều sai trái.
- Có rất nhiều cách nói lịch sự.
- Có nhiều việc để làm nếu chúng ta muốn làm.
- Trong cuộc sống hiện nay có nhiều người thông minh và có năng lực.
- Cô ấy có rất nhiều nhà cửa.
- Hiện nay, có rất nhiều việc làm để kiếm tiền.

b. Hoàn chỉnh các đoạn văn sau bằng cách sử dụng các kết cấu trên:

Trong xã hội, … những người tốt và cũng … những người xấu. Nếu bạn muốn tìm hiểu một người nào đó xem họ là tốt hay xấu … cách. Nhưng, tốt nhất là bạn nên tìm hiểu một người thông qua những người bạn của anh ta.

Hôm qua là sinh nhật của Liên, bạn thân của tôi. Tôi và anh Park được Liên mời đến dự sinh nhật. Trước khi đến, tôi đã mua một bó hoa thược dược để chúc mừng cô ấy. Cô ấy nhận hoa với vẻ mặt không vui và giận dữ nói rằng: "… hoa mà anh lại mua hoa thược dược tặng em". Vì tôi không hiểu hết ý nghĩa của các loại hoa nên tôi đã mắc một sai lầm đáng tiếc. Tôi lo lắng, tôi … cô ấy hiểu và thông cảm cho tôi.

Mẫu 3

… bao nhiêu … bấy nhiêu
… nào … ấy
… gì … nấy
… đâu … đấy

* Đây là những cặp từ biểu thị sự tương ứng hoàn toàn giữa các sự vật, hiện tượng, hành động, ... được nói đến. 이는 상대의 사물, 현상, 행동 등에 대등하게 응할 수 있음을 나타내는 표현이다.

Ví dụ:

- Anh ăn **gì** tôi ăn **nấy**.
- Chị nói **bao nhiêu** tôi trả **bấy nhiêu**.
- Chị đi **đâu** tôi đi **đấy**.
- Cô thích cái **nào** thì cứ lấy cái **ấy**.

Luyện tập:

a. Hoàn thiện các câu sau:

Ví dụ: Ông ấy hỏi . . . .
Ông ấy hỏi **gì** tôi trả lời **nấy.**

Tiếp tục với:

- Tính tình bố anh ấy . . . .
- Chị học với thầy giáo . . . .
- Bố mẹ ở đâu . . . .
- Chồng ở đâu . . . .
- Chị thích . . . .
- Họ đi du lịch . . . .
- Biết đến đâu . . . .
- Các bạn mua . . . .
- Các chị uống . . . .

b. Hoàn thiện các thành ngữ tiếng Việt sau đây:

- "Cha . . . ."
- "Rau . . . ."
- "Thầy . . . ."
- "Nồi . . . ."
- "Gió . . .. "

c. Chọn và điền từ thích hợp vào chỗ trống:

- Sau khi tốt nghiêp, các sinh viên chỉ có một mục đích là … tìm được một việc làm tốt.
  ① ra sao ② làm sao để ③ tại sao ④ sao thế

- Ông ấy là một người nóng tính nên . . . người không thích ông ấy.
  ① làm sao ② chẳng thiếu gì ③ vì sao ④ vì vậy

- Niềm mong muốn lớn lao nhất của chủ tịch Hồ Chí Minh là . . . nước giàu, dân có cơm ăn và được học hành.
  ① bao nhiêu ② bấy nhiêu ③ chẳng thiếu gì ④ làm sao cho

- Sao chị lại không tìm cách trả lời khác vì trong tiếng Việt . . . cách trả lời lịch sự hơn.
  ① không thiếu gì ② bấy nhiêu ③ làm sao ④ làm sao để

- Bà đừng ngại, cứ nói đi, bà nói bao nhiêu tôi sẽ trả . . .
  ① bao nhiêu ② bấy nhiêu ③ nào ④ nấy

- Ông ấy là một người rất khó tính mà chuyện này lại rất tế nhị nên tôi vẫn chưa biết . . . ông ấy hiểu và thông cảm cho.
  ① thiếu gì ② bấy nhiêu ③ làm thế nào để ④ để sao

- Trong tiếng Việt có thành ngữ "Cha . . . con nấy".
  ① nào ② nấy ③ bao nhiêu ④ ấy

- Hiện nay, thế hệ trẻ Việt Nam chỉ có một ước muốn là . . . kiếm được nhiều tiền.
  ① làm sao để ② sao làm để ③ chẳng thiếu ④ bấy nhiêu

2. Bài tập nâng cao.

Bạn hãy điền các yếu tố còn thiếu của các danh từ, tính từ 2 âm tiết trong đoạn văn dưới đây:

Ai là người hay kiêng ?

Nói chung, dân làm ăn buôn … là kiêng khem nhiều nhất. Sau đó là đến những người làm nghề mạo … hoặc những người có nghề … rủi … cao như: ngư …, … săn, … lặn, lái …, phi …, … Người nông thôn mê tín hơn người thành phố. Người già kiêng nhiều hơn người trẻ. Đàn bà duy tâm hơn đàn ông. Người có học ít mê tín nhất. Họ thường không tin vào những điều vớ …, …v.v.

3. Bài tập viết:

Bạn hãy thống kê tất cả tính từ 2 âm tiết mà bạn đã biết.

BÀI TÁM

NHÀ CỬA VÀ THUÊ NHÀ

A. Từ vựng

1. Đọc nhiều lần các từ sau:

căn hộ : 세대, 가구
gác, tầng(層) : 층
ồn ào : 시끄러운
rộng rãi : 넓은
yên tĩnh(安靜) : 안정, 조용한
bất tiện(不便) : 불편한
chung cư(終居) : 아파트
biệt thự(別墅) : 단독주택, 별장
sạch sẽ : 깨끗한
chật hẹp : 좁은
tiện(便) : 편리한
dọn dẹp : 정리하다, 정돈하다

nhà trọ : 여관, 하숙집
nhà nghỉ : 여관
thang máy : 엘리베이터
thảm : 융단
trần nhà : 천장
khép kín : 폐쇄된
chủ nhà : 집주인
thiết bị(設備) : 설비
lò sưởi : 난방기
đất sét : 점토, 진흙
lợp : 지붕을 얹다
ngói : 기와
bố trí(布置) : 배치하다
trang bị(裝備) : 갖추다, 장비
phân biệt(分別) : 분별하다
khách sạn(客棧) : 객잔, 호텔
tiện nghi(便宜) : 편의, 편의시설
đồ đạc : 물건
sàn nhà : 마루
phòng vệ sinh(房衛生) : 화장실
thuê nhà : 집을 빌리다
máy giặt : 세탁기
tủ lạnh : 냉장고
hình chữ nhật : 일자형
mái nhà : 지붕
rơm rạ : 짚
điển hình(典型) : 전형적인
đệm : 방석
bày : 전시하다
chăn màn : 담요, 이불

B. Tập nghe tiếng Việt.

1. Đọc bài hội thoại sau:

Park : Chào ông bà, nghe nói ông bà có nhà cho thuê, phải không ạ ?
Chủ nhà : Vâng, anh muốn thuê nhà thế nào ?

Park : Cháu cần tìm một nhà có 2 phòng ngủ, 2 phòng vệ sinh và có bếp ở khu vực này …

Chủ nhà : Vậy, mời anh đi xem nhà …! *(Park đi xem các phòng trong nhà ...)*

Park : Dạ, tình hình ở đây thế nào ạ ?

Chủ nhà : Anh hỏi thế có nghĩa là thế nào ?

Park : Dạ, nghĩa là cháu muốn hỏi về tình hình điện, nước và an ninh ở khu vực này ạ !

Chủ nhà : Ồ, nói chung là tốt, nhất là an ninh … Còn điện, nước cũng tốt. Hiện nay ở Hà Nội không hay mất điện nữa …

Park : Thủ tục thuê nhà có gì phức tạp không ạ ?

Chủ nhà : Cũng chẳng có gì phức tạp đâu ! Chúng ta ký với nhau một hợp đồng, rồi anh phô tô cóp pi cho tôi hộ chiếu, thế là xong … !

Park : Dạ, thế giá cả thế nào ạ ?

Chủ nhà : Anh cũng đừng lo, giá cả bây giờ đều theo thị trường … Nhà này giá 400 đô-la Mỹ một tháng, không kể tiền điện, nước và trả trước một nửa …

Park : Nghĩa là nếu cháu thuê 6 tháng thì phải trả trước 3 tháng …

Chủ nhà : Vâng, đúng thế !

2. Đọc bài đọc sau:

Nhà cửa của người Hàn

Trước đây, nhà của người Hàn Quốc thường có hình chữ nhật hoặc hình chữ U và chủ yếu được xây bằng gỗ và đất sét. Mái nhà không cao lắm và được lợp bằng rơm rạ; nhà giàu thì lợp bằng ngói. Một ngôi nhà điển hình của người Hàn Quốc gồm có một phòng khách, một phòng ngủ và một nhà bếp, nhà vệ sinh được xây cách xa nơi ở. Sân được bố trí ở giữa.

Nhà của người Hàn Quốc, kể cả cũ hay mới, được xây để bảo vệ chủ nhân của nó khỏi những yếu tố bên ngoài. Nói chung là hơi thấp, các phòng tương đối nhỏ và không có nhiều cửa sổ hay cửa ra vào. Một số phòng có sàn *ondol*, tức là sàn nhà được sưởi ấm từ bên dưới. Hệ thống sưởi này rất quen thuộc trong đời sống của người Hàn Quốc và thậm chí còn trở thành mốt. Trong những năm gần đây, nhiều ngôi nhà xây theo kiểu phương Tây nhưng vẫn có một số phòng được trang bị hệ thống sưởi kiểu này. Người Hàn Quốc thường thích ngồi và nằm trên đệm hoặc thảm dầy được trải dưới sàn nhà.

Trong một gia đình truyền thống Hàn Quốc, có rất ít đồ đạc hay ghế ngồi được bày trên sàn nhà. Không có sự phân biệt giữa phòng ngủ và phòng ăn. Phòng của phụ nữ (gọi là *anbang*) được đặt ở phía sau nhà và là nơi tụ họp của cả gia đình. Do vậy không có gì ngạc nhiên nếu ta thấy căn phòng này được trang bị một tủ quần áo, chăn màn và các đồ dùng cá nhân khác. Trong khi đó, người chủ gia đình ở phần phía trước của gian nhà (gọi là *sarangbang*). Đây cũng là nơi tiếp khách của cả nhà. Nếu người chủ là người có học, phòng của người đó sẽ được trang bị một bàn học, giá sách, và một vài cái đệm. Thông thường chủ nhà ngủ ở phòng vợ vào ban đêm.

(Phỏng theo 'Một vòng quanh các nước")

2. Trả lời các câu hỏi sau:

- Anh Park thuê nhà để làm gì ?
- Anh Park cần thuê một chỗ ở như thế nào ?
- Anh Park đã hỏi chủ nhà về những điều băn khoăn gì ?
- Thủ tục, giá cả và điều kiện thuê nhà ở đây thế nào ?
- Thông thường, nhà của người Hàn Quốc có hình gì ?
- Một ngôi nhà truyền thống Hàn Quốc gồm những phòng nào ? Các phòng có những đặc điểm gì ?
- Hệ thống sưởi ấm quen thuộc trong nhà của người Hàn được thiết kế như thế nào ?
- Trong phòng của phụ nữ Hàn Quốc thường được trang bị những gì ?
- Trong phòng của người chủ nhà có học ở Hàn Quốc thường được trang bị những gì ?
- Vì sao người Hàn Quốc thích ngồi hoặc nằm trên đệm hoặc thảm được trải dưới sàn nhà ?

C. Tập nói tiếng Việt

1. Thử giải thích các từ sau:

chủ nhà → ......
dọn dẹp → ......
tiện nghi → ......
thang máy → ......
phòng khách → ......

sân → ......
căn hộ khép kín → ......
máy điều hòa → ......

2. Đọc nhanh bài đọc dưới đây:

Kinh doanh khách sạn, nhà ở cho người nước ngoài thuê là một dịch vụ mới phát triển gần đây ở các thành phố lớn của Việt Nam. Hiện nay, một người nước ngoài đến Hà Nội hay thành phố Hồ Chí Minh để làm việc, học tập hay đầu tư ..., họ không còn phải lo lắng đến chỗ ăn ở nữa.

Ở các thành phố lớn của Việt Nam đã có nhiều khách sạn lớn, hiện đại và đầy đủ tiện nghi. Có nhiều khách sạn tầm cỡ quốc tế với chất lượng phục vụ 4, 5 sao như: khách sạn Hanoi Daewoo, Hanoi Hilton, Nikko Hotel, Fortuna, Melia, Hanoi Tower, ...

Đặc biệt ở thành phố lớn, như Hà Nội có rất nhiều khách sạn mi ni, hệ thống nhà khách, nhà nghỉ, nhà riêng cho người nước ngoài thuê, ...v.v. Các chủ nhà người Việt có nhà cho người nước ngoài thuê thường phải bỏ ra một số tiền khá lớn để sửa chữa và trang bị những thiết bị hiện đại. Nhà cho người nước ngoài thuê ở Hà Nội thường đẹp và đủ tiện nghi.

Nói chung, giá thuê nhà ở Hà Nội và các thành phố lớn của Việt Nam, hiện nay không đắt lắm, với giá phải chăng. Cuộc sống của người Việt Nam càng ngày càng tốt, do đó người nước ngoài cũng cảm thấy dễ chịu hơn.

3. Trả lời các câu hỏi và tập nói:

a. Bạn thấy, gần đây ở các thành phố lớn của Việt Nam có dịch vụ gì phát triển ? Điều đó tốt hay xấu ? Vì sao ?
b. Khách sạn 4, 5 sao nghĩa là gì ? Và theo bạn, những khách sạn này thường dành cho những đối tượng nào ?
c. Nhà cho người nước ngoài thuê ở Hà Nội thường như thế nào ? Trước đó các chủ nhà phải làm gì ?
d. Bạn hiểu giá cả phải chăng nghĩa là thế nào ?

e. Một chỗ ở tốt theo quan niệm của bạn gồm những điều kiện gì ?
f. Bạn hiểu thế nào về nhóm từ "tầm cỡ quốc tế" ?
g. Bạn hiểu thế nào về thành ngữ "An cư lạc nghiệp" ?

D. Bài tập

1. Bài tập ngữ pháp.

Mẫu 1

Các động từ: cầm, mang, xách, đeo, đội, vác, khiêng ...

* Đây là nhóm động từ biểu thị sự vận chuyển (hay di chuyển) một sự vật nào đó theo người. Trong đó, sự khác nhau giữa các động từ chủ yếu là do phương thức (hay cách) vận chuyển khác nhau. Cụ thể:

"**mang**" là vận chuyển theo người một vật nhưng không nói rõ bộ phận nào của cơ thể tham gia vào sự vận chuyển này. Ví dụ:

- Vì quên mang áo mưa nên chiều qua tôi đã bị ướt.
- Vào mùa mưa, đi đâu người Hàn cũng luôn mang ô.

"**đeo**" là vận chuyển một vật bằng cách mắc vào một bộ phận nào đó của cơ thể, có thể là vai, cổ tay, tai, cổ ... Ví dụ:

- Đeo túi, đeo đồng hồ, đeo nhẫn, đeo dây chuyền, ...
- Đeo ba lô đi du lịch là tiện lợi nhất.

"**cầm**" là vận chuyển sự vật nằm gọn trong lòng bàn tay. Ví dụ:

- Cầm sách, cầm bút, cầm mũ, ...
- Con cầm tiền đi mua cho mẹ hộp sữa.

"**xách**" cũng vận chuyển bằng bàn tay nhưng sự vật thường lớn, hơi nặng và thường được đựng trong một sự vật khác. Ví dụ:

- xách túi, xách cặp, ...
- Tôi xách túi giúp chị ấy.

" **vác**" là sự vận chuyển sự vật được đặt trên vai hoặc lưng. Ví dụ:

- Vác cây, vác hành lý, vác vali, ...
- Anh ấy có thể vác cả một bao gạo nặng 50 kg.

"**đội**" là sự vận chuyển sự vật được đặt trên đầu. Ví dụ:

- Đội mũ, đội nón, ...
- Người Cămpuchia thường đội cơm lên chùa.

"**khiêng**" (hay **khuân**) là sự vận chuyển có sự tham gia của ít nhất là hai người, sử dụng tay và sự vật được vận chuyển thường to, nặng, có thể dùng giá, võng để vận chuyển ... Ví dụ:

- khiêng tủ, khiêng bàn ghế, khiêng giường, ...
- Ở nông thôn, người ta thường khiêng người ốm đi bệnh viện.

이 동사들은 사람에 의한 사물의 이동을 나타낸다. 이들은 이동방식에 따라 다르게 쓰인다. "**mang**"은 신체의 부위가 불명확하지만 사람이 가지고 이동하는 경우에, "**đeo**"는 팔, 손목, 귀, 목처럼 신체의 부위에 부착되어 이동하는 경우에, "**cầm**"은 손바닥에 쥐어진 상태로 이동하는 경우에, "**xách**"은 손바닥에 의하여 이동하지만 크거나 무거워서 다른 사물에 담기어 이동하는 경우에, "**vác**"은 어깨 혹은 허리에 놓여 이동하는 경우에, "**đội**"는 머리 위에 놓여 이동하는 경우에, "**khiêng**" (혹은 **khuân**)은 사물이 크거나 무거워 적어도 2인 이상의 참여와 손에 의하여 움직이는 경우에 쓴다.

Luyện tập: Hãy điền các động từ trên vào chỗ trống trong các câu sau:

- Khi đi xe máy, nhiều người không có thói quen … mũ bảo hiểm.
- Một số phụ nữ rất thích … đồ trang sức.
- Nhờ anh … giùm tôi chiếc vali.
- Anh ấy có thể … trên vai một bao gạo nặng tới 50 kg.
- Không khí bị ô nhiễm, nên khi đi ra ngoài nên … kính, … mũ và … khẩu trang.
- Khi lên máy bay, mỗi người chỉ được phép … một túi nặng dưới 7 kg.
- Nhờ anh chị … giúp tôi cái bàn này tới góc kia.
- Bố tôi làm nghề bốc vác nên hàng ngày ông ấy phải ... những bao xi măng xuống tàu.
- Phụ nữ châu Á rất thích … đồ trang sức.
- Tôi nhờ chị ấy ... lá thư này sang Hàn Quốc đưa cho giáo sư Song.

Mẫu 2

… 동사 + **dở, nốt, thêm, tạm, qua, kỹ …**

* **"dở", "nốt", "tạm", "qua", "kỹ", "thêm"** là những trợ động từ biểu thị tình trạng của các động từ. "동사 + **dở**" biểu thị ý nghĩa hành động chưa kết thúc. "동사 + **nốt**" biểu thị ý nghĩa hành động cần được hoàn thành sớm trước khi chuyển sang hành động khác. "동사 + **tạm**" biểu thị hành động được xảy ra trong một thời gian, trong một điều kiện không chính thức (tạm thời). "동사 + **qua**" biểu thị hành động được tiến hành một cách sơ lược, không chi tiết, thiếu cẩn thận. "동사 + **kỹ**" biểu thị hành động được thực hiện một cách cẩn thận, đầy đủ và chi tiết. Còn "동사 + **thêm**" mong muốn hành động tăng về số lượng. **"dở", "nốt", "tạm", "qua", "kỹ", "thêm"** 등은 동사의 상태를 표현하는 조동사이다. "동사 + **dở**"는 끝내지 않은 행동을, "동사 + **nốt**"은 끝내지 않은 행동을 마무리하겠다고, "동사 + **tạm**"은 정확하지 않은 조건에서 잠시동안 일어날

행동을, "동사 + **qua**"는 대략적으로 진행된 행동을, "동사 + **kỹ**"는 명확하고 충분하게 진행된 행동을, "동사 + **thêm**"은 더 했으면 하는 행동을 표현할 때 쓴다.

Ví dụ:

- Tuần trước, chúng tôi **học dở** bài tám, tuần này **học nốt**.
- Cuốn sách này, chúng em mới **đọc qua**, chưa có thời gian **đọc kỹ**.
- Một hai hôm đầu sang Việt Nam, chúng tôi phải **ở tạm** trong khách sạn.
- Anh ấy đang **viết dở** báo cáo thì có việc phải đi.
- Ông ấy rất cần thời gian để **giải quyết nốt** công việc trong ngày.
- Các buổi tối, anh ấy phải đi học **thêm**.

Luyện tập:

a. Đọc kỹ và điền các trợ từ: "dở, nốt, thêm, qua, kỹ, tạm" vào các câu sau:

- Tôi thấy sức khỏe của chị còn yếu lắm, chị nên nghỉ … vài tuần nữa.
- Trước đây vì thời gian học ở Việt Nam ngắn nên tôi chưa có điều kiện tìm hiểu ... văn hóa Việt Nam. Lần này, tôi sẽ cố gắng tìm hiểu thật ... văn hóa Việt Nam.
- Xin lỗi bạn, tôi đang làm ... bài tập nên không thể đi chơi với bạn được.
- Đi học về, đói quá mà chưa đến giờ ăn cơm nên tôi phải ăn ... mấy cái bánh.
- Anh chờ tôi một chút, tôi đọc … mấy trang tài liệu này.
- Chị xem ... bản báo cáo này rồi chuyển cho anh ấy đọc.
- Tiếng Việt của em chưa tốt lắm, em nên học ... một thời gian nữa.
- Hôm qua, chúng em chưa làm xong các bài tập nên hôm nay chúng em phải làm ...
- Vì mưa to nên quần áo tôi bị ướt hết. Trong lúc chờ quần áo khô tôi phải mặc ... quần áo của bạn tôi.
- Vấn đề này chúng em đã biết rồi nên thầy giáo chỉ giảng ...
- Không hiểu có chuyện gì quan trọng mà ông ấy đang uống ... cốc sữa vội đi ngay.
- Tính chị ấy rất cẩn thận nên gặp việc gì chị ấy cũng giải quyết ...

b. Tìm mối liên hệ giữa: "dở - nốt", "qua - kỹ", "tạm - thêm" rồi hoàn thiện các câu sau:

- Hôm qua vì có việc phải đi nên nhiều việc bỏ ..., hôm nay tôi phải làm ... để báo cáo giám đốc.

- Những vấn đề mà các em đã biết rồi, thầy giáo chỉ giảng ... còn những vấn đề mà các em chưa hiểu rõ, thầy giáo sẽ giảng ...
- Lúc nãy, vì đói nên tôi mới ăn ... bát mì, bây giờ tôi phải ăn ...
- Lần trước vì không có thời gian nên tôi chỉ đọc ... còn lần này có nhiều thời gian nên tôi phải đọc ... tài liệu này.
- Buồn ngủ quá nên tôi đã ngủ ... trên xe buýt, bây giờ về đến nhà tôi tiếp tục ngủ ...
- Ông ấy đang nói ... thì phải trả lời điện thoại, bây giờ ông ấy tiếp tục nói ... những điều ông ấy muốn nói với tôi.
- Thời chiến tranh đang học ... đại học thì họ phải đi lính, chiến tranh kết thúc họ trở về trường đại học để học ...
- Cô giáo thường khuyên sinh viên, trước khi thi các em không nên ôn tập ... mà phải xem lại ... tất cả các bài đã học.
- Hồi nãy, ở trường vì lạnh nên tôi phải mượn ... áo của bạn tôi để mặc, còn bây giờ ở nhà, tôi không cần mặc ... quần áo ấm.
- Anh ấy nói với tôi là, anh ấy rất cần ... thời gian để giải quyết ... những công việc mà anh ây đã làm ... năm ngoái.

Mẫu 3

Cách cấu tạo động từ hai âm tiết:

xóa + bỏ = xóa bỏ
chờ + mong = chờ mong, ... **(a)**

đập + tan = đập tan
nói + xấu = nói xấu, ... **(b)**

hỏi → hỏi han
nghĩ → nghĩ ngợi, ... **(c)**

* Cũng như danh từ, động từ trong tiếng Việt cũng có một số cách cấu tạo: (a) là ghép động từ theo phương thức đẳng lập; (b) là ghép động từ theo phương thức chính phụ; còn (c) là phương thức ghép danh từ mà trong đó có một yếu tố bị mờ nghĩa. 이음절 동사 만드는 방법: (a)는 대등방식에 따라, (b)는 정·부방식에 따라, (c)는 한 요소의 의미가 약화되는 방식에 따라 동사를 결합한다.

Ví dụ:

- Chúng tôi luôn **mong đợi** tin tức của anh.
- Vì thiếu kinh nghiệm nên chị ấy đã **làm hỏng** chương trình này.
- Người Việt, khi gặp nhau thường **hỏi han** nhau về sức khỏe, gia đình và sự học hành của con cái.
- Mọi người **giúp đỡ** nhau trong lúc khó khăn.
- Bố mẹ luôn **yêu thương** và **chăm sóc** con cái.

Luyện tập:

a. Thử cấu tạo động từ hai âm tiết dưới đây:

Ví dụ:

chờ	→	**chờ đợi**
	→	**chờ mong**
	→	**chờ đón**
	→	**chờ chực**

Tiếp tục với:

ăn	→	. . . .
chơi	→	. . . .
học	→	. . . .
chúc	→	. . . .
giúp	→	. . . .
hỏi	→	. . . .
làm	→	. . . .
đi	→	. . . .
khuyên	→	. . . .
tiêu	→	. . . .
nói	→	. . . .
hiểu	→	. . . .

b. Hoàn thiện đoạn văn sau bằng cách điền những yếu tố còn thiếu trong các tính từ danh từ và động từ hai âm tiết:

Sáng ngày mồng Một Tết, người ta thường tránh cãi ..., nói ..., tránh nhắc đến những từ như: chết ..., ốm ..., ế..., vấp ..., v.v... vì họ sợ những điều đó sẽ theo họ trong cả năm. Người xông nhà vào năm mới phải là người có tuổi hợp với gia ..., có ... cảnh tốt ..., vợ ..., ... cái sống hòa ..., hạnh phúc. Tránh người vừa có tang ..., hay đang nợ ..., bệnh ..., ốm ...; tránh cả những người không mau mồm mau miệng. Những người vừa có tang trong gia đình thì không được đi chúc Tết vì mọi người sợ họ sẽ mang tang ..., xui ... đến cho gia chủ cùng gia quyến, v.v...

c. Chọn khả năng đúng rồi điền vào chỗ trống các câu dưới đây:

- Tôi muốn nhờ các bạn . . . hộ cái bàn này tới góc phòng bên trái.
  ① đeo ② cầm ③ khiêng ④ vác

- Vì không có chìa khóa vào nhà nên tôi phải ngồi . . . nhà hàng xóm đợi bố mẹ về.
  ① tạm ② dở ③ kỹ ④ qua

- Anh ấy có thói quen luôn . . . cà vạt khi đi làm.
  ① khiêng ② đeo ③ vác ④ đội

- Bố mẹ tôi thường khuyên con cái khi ăn uống phải cố gắng ăn hết không nên bỏ . . .
  ① tạm ② dở ③ qua ④ kỹ

- Khi chị ấy bị ốm, nằm ở bệnh viện, tôi thường khuyên chị ấy không nên . . . nhiều mà ảnh hưởng đến sức khỏe.
  ① ngợi nghĩ ② chạy nhảy ③ nghĩ ngợi ④ hát hò

- Thời gian đầu vì chưa thuê được nhà nên chúng em phải thuê . . . phòng của một khách sạn ở trung tâm thành phố.
  ① kỹ ② dở ③ nốt ④ tạm

- Vì ghét nhau và đố kị nhau nên họ thường xuyên . . . nhau.
  ① yêu nhau ② nói xấu ③ khen ngợi ④ thích

- Sáng sớm, mẹ tôi thường . . . túi đi chợ mua thức ăn cho cả gia đình.
  ① xách ② đội ③ vác ④ khiêng

2. Bài tập nâng cao.

a. Bạn hãy quan sát các bức tranh nhỏ dưới đây rồi tìm các động từ hai âm tiết tương ứng:

b. Hãy điền các âm tiết còn thiếu đối với các tính từ, danh từ và động từ trong đoạn văn sau đây:

Người Việt Nam vốn có truyền thống mến khách. Khách đến chơi bao giờ cũng được chủ nhà **đón ...** thân tình, **niềm ...** Trước kia, khách thường được chủ nhà mời ăn trầu, uống nước. "Miếng trầu là đầu câu chuyện". Miếng trầu **thơm ...**, chén nước chè **ấm ...** đã làm cho câu chuyện trở nên **đậm ...**, **ấm ...** Ngày nay, phong tục mời khách ăn trầu không còn phổ biến như trước nữa, nhưng mời uống nước chè vẫn còn rất phổ biến khi tiếp khách.

Khách là người ở xa đến nhất định được chủ nhà mời ở lại ăn cơm. Tùy hoàn cảnh **gia ...** mà bữa cơm có thể có những món ăn **sang ...** hoặc **cơm ...** bình thường. Người Việt Nam có câu: "Lời chào cao hơn mâm cỗ". Những lời nói **thân ...**, những cử chỉ **ân ...** bao giờ cũng được **đánh ...** cao hơn những món ăn ngon.

3. Bài tập viết:

Sử dụng các từ vựng trong bài, hãy miêu tả căn hộ hoặc nhà của gia đình em hiện đang ở.

BÀI CHÍN

ĐI ĂN UỐNG

A. Từ vựng

1. Đọc nhiều lần các từ sau:

phong tục(風俗) : 풍속
miền núi : 산간지역
nổi tiếng : 유명한
dùng, sử dụng(使用) : 사용하다
phải rồi, đúng rồi : 맞다, 옳다
vùng : 지역
giải thích(解釋) : 설명하다
như nhau : 서로 같은

hoàn toàn(完全) : 완전히
cầu may : 행운을 빌다
thực phẩm(食品) : 식품
vững vàng : 요지부동한
trù phú(稠富) : 부유한
thịnh vượng(盛旺) : 왕성, 번성
cắp : 훔치다
hình dáng : 형태
sung túc(充足) : 만족, 충족
tái sinh(再生) : 재생
pha (chè, cà phê) : (차, 커피)를 타다
tráng (ấm, chén) : (주전자,찻잔을)행구다, 씻다
sấy khô : 말리다, 건조시키다
chính xác(正確) : 정확
cộng đồng(共同) : 공동
bánh tét : 명절 떡
đối đầu(對頭) : 싸우다
an khang(安康) : 평안한, 건강한
ưu tư(優思) : 슬픔, 근심
cá mòi : 정어리
tượng trưng(象徵) : 상징
định đoạt(定奪) : 결정하다
ám ảnh(暗影) : 늘 따라 다니다, 떨쳐버릴 수 없는
rót (nước) : 물을 붓다
lắc : 머리를 좌우로 흔들다(부정하는 행동)

B. Tập nghe tiếng Việt

1. Đọc hội thoại sau:

Park : Anh Hùng này, ở Việt Nam, đến gia đình nào mình cũng được mời uống nước chè. Đó có phải là một phong tục của người Việt không ?

Hùng : Phải rồi. Người Việt Nam thường mời khách uống nước chè.

Park : Mình thường được mời uống nước chè Thái. Chè Thái có phải là chè của Thái Lan không ?

Hùng : Ồ, không. Chè Thái không phải là chè của Thái Lan đâu mà là chè của Việt Nam được trồng ở Thái Nguyên. Thái Nguyên là một tỉnh miền núi phía Bắc Việt Nam, cách Hà Nội khoảng 90 km. Đó là một vùng nổi tiếng về chè.

Park : À, bây giờ thì mình đã hiểu. Thế còn "trà" và "chè" khác nhau thế nào, cậu có thể giải thích cho mình được không?

Hùng : "Trà" hay "chè" đều là một; uống trà hay uống chè đều như nhau. Người miền Bắc thường dùng cả hai, còn ở miền Nam thì người ta hay dùng từ "trà"…

Park : Phải rồi ! Người miền Nam rất thích uống "trà đá" đúng không ?

Hùng : Hoàn toàn chính xác! Thế là cậu bắt đầu hiểu được văn hóa và phong tục của Việt Nam rồi đấy …

2. Đọc bài đọc sau:

Món ăn cầu may trong ngày Tết

Ngày nay, nhiều cộng đồng dân tộc trên thế giới vẫn còn tin rằng có những loại thực phẩm mà ăn vào trong dịp năm mới sẽ giúp họ gặp may mắn và có thêm sức mạnh.

Ở Việt Nam, bánh tét và bánh chưng biểu thị sự no ấm. Ở Hàn Quốc, ngày Tết người ta ăn teok kuk để lên một tuổi. Ở Nhật Bản, ngày Tết người ta ăn cá chép chiên để hy vọng có được một sự vững vàng khi phải đối đầu với những khó khăn, bất hạnh của cuộc sống. Ở Hà Lan, vào đêm giao thừa, người ta ăn bánh nướng với nho khô. Họ cho rằng, đó là những món ăn mang lại sự trù phú, an khang, thịnh vượng và nhiều niềm vui trong cuộc sống. Còn ở Hung ga ri, bữa cơm đầu năm phải có xúp cá và thịt thỏ. Vì họ cho rằng, ăn xúp cá thì mọi ưu tư, lo phiền năm cũ sẽ trôi đi; còn thịt thỏ sẽ mang lại sức khỏe. Vào ngày Tết, người Hung ga ri kiêng ăn thịt gà, thịt chim, thịt vịt, … vì sợ những con vật đó có thể cắp hạnh phúc của họ bay đi mất.

Trong khi đó, vào những ngày đầu năm mới, người Mỹ lại rất thích ăn một món ăn mà họ tin là nó sẽ mang lại cho họ nhiều may mắn, đó là bắp cải, cá mòi và mật ong. Bắp cải được chọn vì nó có màu xanh và hình dáng tròn giống một đồng tiền kim loại; cá mòi thì bơi thẳng về phía trước theo từng đàn lớn tượng trưng cho sự sung túc và thẳng tiến; còn mật ong mang lại sự ngọt ngào, niềm vui cho cuộc sống; màu vàng của mật ong còn tượng trưng cho sự giàu sang về của cải vật chất.

Khác với một số nước, ở Ai len trong ngày Tết, người ta làm một loại bánh đặc biệt. Trong bánh, người ta giấu nhiều vật tượng trưng và mời khách ăn. Khách ăn bánh nếu gặp phải vật gì thì họ sẽ đoán biết được tương lai của họ trong năm mới.

Như vậy, hầu như khắp cả thế giới, người ta đều có chung một quan niệm rằng, những việc ta làm, những gì ta ăn trong những giờ phút đầu tiên của năm mới sẽ định đoạt những điều sẽ diễn ra trong cả năm ấy. Giáo sư Jack Satino (Mỹ) khi nghiên cứu về các nền văn hóa khác nhau của thế giới cho rằng, vào dịp năm mới, người ta đều có cảm giác như mình được tái sinh, bởi vậy, tất cả những gì họ làm trong giây phút đầu tiên của năm mới sẽ ám ảnh họ trong suốt cả năm.

(Phỏng theo Hoàng Xuân Vinh)

3. Trả lời các câu hỏi sau (theo nội dung bài hội thoại và bài đọc):

- Người Việt Nam thường có phong tục gì khi tiếp khách ?
- Chè Thái là loại chè gì ?
- Bạn hiểu thế nào về "trà đá" ?
- Bạn đã bao giờ uống chè Thái của Việt Nam chưa ? Bạn thấy thế nào ?
- Người Nhật Bản ăn cá chép để cầu may điều gì ?
- Người Mỹ thường ăn những món ăn nào trong ngày Tết ? Ý nghĩa của những món ăn này là gì ?
- Vì sao người Hung ga ri kiêng ăn thịt gia cầm trong những ngày đầu năm mới ?
- Bạn thường có những cảm xúc gì vào thời điểm năm mới ?
- Bạn có tin vào những điều bạn đã đọc trong bài đọc này không ? Vì sao?
- Người Hàn Quốc thường ăn món ăn gì trong những ngày Tết ? Ý nghĩa của chúng thế nào ?

C. Tập nói tiếng Việt

1. Thử giải thích các từ sau:

nổi tiếng → ....
giải thích → ....
thực phẩm → ....

gia cầm → ....
bất hạnh → ....
giao thừa → ....
kiêng → ....
cắp → ....
giấu → ....
tái sinh → ....

2. Bạn hãy đọc hội thoại sau:

Chị Kim : Anh Dũng này, anh có thể cho tôi biết cách pha trà của người Việt không ?

Anh Dũng : Trước hết, chị hãy rửa sạch ấm và chén rồi rót một ít nước sôi vào để vừa tráng ấm, chén vừa làm cho chúng nóng lên. Sau đó, chị cho một lượng chè vừa uống vào ấm và đổ một ít nước sôi vào, lắc đều rồi đổ đi. Người ta gọi đó là rửa (hay tráng) chè. Tiếp theo, chị rót nước sôi vào gần đầy ấm và chờ mấy phút rồi rót nước chè ra chén và uống …

Chị Kim : Người Việt có hay uống nước chè với đường không, anh ?

Anh Dũng : Kiểu uống chè này, không ai uống với đường cả.

Chị Kim : Thế còn kiểu uống chè nào khác ?

Anh Dũng : Đó là hiện nay có một loại chè thường được gói trong những túi giấy nhỏ, gọi là chè túi, hay chè nhúng … Để uống loại chè này rất đơn giản, mất ít thời gian … Chị cho túi chè vào cốc rồi rót nước sôi vào, đợi 1 hoặc 2 phút là uống được. Loại chè này, có thể uống với đường và chanh …

Chị Kim : Thế còn “chè xanh” là loại chè gì ?

Anh Dũng : Ở Việt Nam, “chè xanh” hay “chè tươi” là một. Đó là loại chè được nấu (hay om) bằng lá chè còn tươi chứ không sấy khô như các loại chè nói trên.

Chị Kim : Cám ơn anh, bây giờ tôi mới hiểu …

3. Tập nói:

- Bạn hãy sắp xếp theo thứ tự trước – sau cách pha trà (chè) của người Việt:

a. rót một ít nước sôi tráng ấm và chén
b. rửa sạch ấm và chén

c. cho một ít chè vào ấm
d. rót một ít nước sôi vào ấm để rửa chè
e. rót nước sôi vào gần đầy ấm rồi chờ mấy phút sau.
f. lắc đều cho ướt chè rồi rót ra ngoài
i. rót nước chè ra chén rồi uống.

- Bạn hãy miêu tả cách pha trà (chè) của người Việt ?
- Trà (chè) nhúng là loại trà gì ?
- Chè tươi là loại chè gì ?
- Theo bạn, uống trà có những tác dụng gì ?
- Bạn đã bao giờ uống trà (chè) Việt Nam chưa ? Theo bạn, trà Việt có những đặc điểm gì giống và khác với trà Hàn Quốc ?

D. Bài tập

1. Bài tập ngữ pháp.

Mẫu 1

... có ... mới ...

* "... **có** ... **mới** ..." là kết cấu biểu thị ý nghĩa điều kiện – kết quả. Tuy nhiên khác với một số kết cấu "điều kiện – kết quả" khác, ý nghĩa "điều kiện" ở đây có tính bắt buộc. Nói một cách khác, ở kết cấu này ý nghĩa điều kiện và kết quả có một sự ràng buộc khá chặt chẽ. "... **có** ... **mới** ..."는 조건과 결과의 의미를 표현할 때 쓴다. 그러나 다른 조건과 결과의 표현과는달리 이 조건은 강제성이 있다. 뜻은 "...하면 ...하다"이다.

Ví dụ:

- Họ **có** hỏi (thì) tôi **mới** trả lời.
- Chị ấy **có** nói thì mọi người **mới** biết.
- **Có** lửa thì **mới** có khói.

Luyện tập:

a. Sử dụng kết cấu *"... có... mới ..."* **để nối 2 vế nội dung ở hai cột A và B dưới đây:**

A	B
- Anh mua	- chị ấy bán
- Thầy giáo giải thích	- sinh viên hiểu
- Anh kể	- chúng tôi biết
- Mọi người đi	- tôi đi
- Ông uống trước	- mọi người uống theo
- Hàng hóa tốt	- mọi người mua
- Chị đề nghị	- anh ấy giúp đỡ
- Con khóc	- mẹ cho bú

b. Hoàn thiện các thành ngữ và nhóm từ cố định tiếng Việt dưới đây:

- Có làm . . . .
- Có gốc . . . .
- Con có khóc . . . .
- Có hoa . . . .
- Có đi . . . . .
- Có đi . . . . .
- Có khổ . . . .

Mẫu 2

... khi ... thì ...

* "**khi** ... **thì** ..." là kết cấu được dùng để biểu thị:
  (a) hai hành động cùng xảy ra trong một thời gian. Ví du:
    - **Khi** chúng tôi học **thì** anh ấy xem ti-vi.
    - **Khi** mẹ tôi nấu ăn **thì** bố tôi đọc báo.
  (b) ý nghĩa điều kiện – kết quả. Ví dụ:
    - **Khi** mới đến Việt Nam **thì** chúng tôi chưa biết một chút tiếng Việt nào cả.
    - **Khi** tôi thi đỗ vào đại học **thì** bố mẹ tôi rất vui long.
  (c) ý nghĩa thời gian bằng một mệnh đề. Ví dụ:
    - **Khi** chúng tôi đến **thì** họ vừa đi ra khỏi nhà.
    - **Khi** tôi vào phòng **thì** bà ấy đang ăn sáng.

"**khi** ... **thì** ..."는 두 행동이 동시에 일어나는 경우(a), 조건과 결과의 의미(b), 한 명제로 인한 시간의 의미(c)를 표현하고자 할 때 쓴다.

Luyện tập:

a. Hoàn thiện các câu sau bằng cách điền vào chỗ trống:

- Khi buồn thì . . . .
- Khi tôi đang trả lời thì . . . .
- . . . . thì chị ấy đang trả lời điện thoại
- Khi chúng tôi đang xem phim thì . . . .
- . . . . thì cửa hàng đã đóng cửa
- Khi chúng tôi đang ăn cơm thì . . . .
- . . . . thì chị ấy nói không biết gì cả.
- Khi họ đến thì . . . .
- . . . . thì anh ấy vào quân đội.

b. Hoàn thiện các câu sau bằng cách trả lời các câu hỏi:

- Khi hết giờ học, em thường làm gì ?
- Khi rỗi rãi thì các bạn hay làm những gì ?
- Khi ngoài 19 tuổi thì các thanh niên Hàn Quốc phải làm gì ?
- Khi gặp khó khăn thì các anh chị thường làm những gì ?
- Khi không hiểu thì các chị làm gì ?
- Khi hết giờ làm việc thì các nhân viên thường đi đâu ?
- Khi đi du lịch thì người Hàn Quốc thường thuê phòng ở những đâu ?

Mẫu 3

... vừa (mới) ... đã
... chưa ... đã ...

* Đây là những kết cấu biểu thị tính liên tục (hay sự tiếp nối) của hai hành động, trạng thái; trong đó nhấn mạnh đến sự xảy ra quá nhanh hay quá sớm của hành động, trạng thái sau. Xét về mức độ, kết cấu "... **chưa** ... **đã** ..." xảy ra nhanh và sớm hơn. 이는 두 행동이나 상태의 연속 혹은 연결성을 표현한다. 이는 나중 행동이나 상태가 빠르거나 일찍 발생했음을 강조한다. 정도에서 후자가 더 빠르고 일찍 발생한 것이다.

Ví dụ:

- Chị ấy **vừa** về nhà **đã** đi ngay. (có thể đã vào nhà)
- Chị ấy **chưa** về nhà **đã** đi ngay. (có thể chưa vào nhà)
- Nó đang tuổi ăn tuổi lớn nên **vừa** ăn xong **đã** đói rồi.
- Anh ấy vào đây **chưa** ngồi ấm chỗ **đã** đi luôn.

Luyện tập:

a. Dùng kết cấu *"... vừa ... đã ..."* **hoặc** *"... chưa ... đã ..."* **để nối các nội dung dưới đây thành câu:**

- nhắc đến tên anh ấy	- anh ấy đã xuất hiện
- khỏi ốm	- phải đi công tác
- chia tay anh ấy	- có người yêu khác
- buổi chiều nóng	- buổi tối lạnh
- 19 tuổi	- phải sống xa gia đình
- gặp ông ấy tuần trước	- tuần này đã nghe tin ông ấy mất
- 18 tuổi	- đi làm
- nói	- khóc

b. Hoàn thiện tiếp các câu sau:

- Mẹ tôi vừa đi làm về đã ...
- ... đã tìm được việc làm tốt.
- Chị ấy chưa nghe rõ câu hỏi đã ...
- ... hôm nay chúng tôi đã ở thành phố Hồ Chí Minh.
- Anh ấy chưa học xong năm thứ nhất đã ...
- ... đã vội tổ chức đám cưới.
- Họ vừa gặp nhau tuần trước ...
- ... đã vào bàn làm việc ngay.

Mẫu 4

... thế nào cũng ...
... thế nào ... cũng ...

* kết cấu có ý nghĩa "chắc chắn sẽ ..." hay "nhất định sẽ ...". 이는 "틀림없이 ...할 것이다"라는 의미를 나타낼 때 쓰는 표현이다.

Ví dụ:

- Trời oi bức thế này, **thế nào cũng** mưa.
= Trời oi bức thế này **nhất định sẽ** mưa.
- Chị cứ yên tâm đi. **Thế nào** anh ấy **cũng** gọi điện cho chị.
- Chị cứ yên tâm đi. Anh ấy **thế nào cũng** gọi điện cho chị.
= Chị cứ yên tâm đi. Anh ấy chắc chắn sẽ gọi điện cho chị.

<u>Luyện tập</u>:

a. Hãy thay thế các từ *"nhất định", "chắc chắn"* **bằng kết cấu** *"... thế nào cũng ..."* **trong các câu dưới đây:**

- Mùa Đông ở Hàn Quốc nhất định có tuyết.
- Đi lại vào giờ cao điểm thế này chắc chắn sẽ bị tắc đường.
- Anh hút nhiều thuốc như thế nhất định sẽ bị ho.
- Khi đi xe máy nếu vượt đèn đỏ chắc chắn sẽ bị công an phạt.
- Chị lo lắng nhiều nhất định sẽ ảnh hưởng đến sức khỏe.
- Nếu học tập chăm chỉ chắc chắn sẽ đạt điểm cao.
- Khi chị đề nghị nhất định anh ta sẽ giúp đỡ.

b. Hoàn thiện nốt các nội dung còn lại đối với những câu sau:

- . . . . bão.
- . . . . bị ốm.
- . . . . đi học tiếng Việt ở Việt Nam.
- . . . . bị ướt.
- . . . . bị phê bình.
- . . . . bị nhắc nhở.
- . . . . tìm được việc làm tốt.

2. Chọn khả năng đúng rồi điền vào chỗ trống các câu dưới đây:

- Các anh chị đừng lo lắng quá, ông ấy ... đến.
  ① thế nào cũng ② chắc đến ③ định đến ④ thế nào

- Ông ấy ... nằm xuống giường đã ngáy rồi.
  ① vừa ② đã ③ đang ④ cũng

- ... mùa Đông sắp đến thì mọi người đều đi chuẩn bị quần áo ấm.
  ① thì ② khi ③ sắp ④ vào

- Có thức khuya ... biết đêm dài.
  ① thế nào ② khi ③ mới ④ vừa

- Anh ấy ... nói hết câu, chị ấy đã hiểu hết rồi.
  ① đã ② rồi ③ đang ④ chưa

- ... sống tự lập thì mới hiểu được công ơn của bố mẹ.
  ① thế nào cũng ② chưa ③ vừa ④ có

- Khi chúng tôi lớn lên ... đất nước đã hết chiến tranh.
  ① đã ② khi ③ thì ④ nếu

- Vào năm mới, ... trẻ con cũng được mừng tuổi.
  ① sẽ ② thế nào cũng ③ thế nào ④ mới

- ... chúng tôi đến nơi thì bữa tiệc đã kết thúc được 15 phút rồi.
  ① khi ② thì ③ vừa ④ đã

3. Bài tập viết.

Hãy đọc đoạn văn giới thiệu về loại trà Sâm của Hàn Quốc dưới đây:
Trà Sâm Hàn Quốc

- Ở Hàn Quốc có nhiều loại trà. Trà Hàn Quốc không chỉ nổi tiếng bởi vị thơm ngon mà còn rất tốt cho sức khỏe, có tác dụng dưỡng da và giúp ngăn ngừa một số bệnh.
- Trà Sâm Hàn Quốc có tác dụng tăng cường sức khỏe, đặc biệt là đối với những người có thể chất yếu ớt.
- Trà Sâm Hàn Quốc tăng khả năng tư duy, sức chú ý và năng lực tập trung.
- Tuy nhiên, thức uống này chỉ hợp với những người máu lạnh. Đối với những người đang bị cảm không nên dùng loại trà này.

Bạn hãy giới thiệu về một số loại trà Hàn Quốc mà bạn đã biết.

BÀI MƯỜI

ÔN TẬP 2

Bài tập 1

1. Hãy đọc hiểu bài đọc sau:

Lời chào cao hơn mâm cỗ

Trong tiếng Việt, từ "**chào**" thường đi đôi với từ "**hỏi**" và từ "**mời**". Mỗi địa phương có cách chào hỏi, chào mời khác nhau phụ thuộc vào phong tục của địa phương và đối tượng được chào và được mời chào. Người Việt Nam không chỉ chào nhau bằng lời nói mà còn bằng ánh mắt, nụ cười. Đôi khi, mắt còn nói rõ hơn miệng.
Chào hỏi đi đôi với nhau, hỏi là để chào.

Ví dụ:

- "**Ông khỏe không** ?" hay
- "**Ông đi đâu đấy** ?"
- "**Ông bà đang làm gì đấy** ?",
- "**Ông bà đã xơi cơm chưa** ?"
- "**Bà đi chợ về đấy à** ?"

...v.v.

Nhiều khi hỏi không có mục đích, hỏi không cần trả lời nhưng nếu không chào hỏi thì người ta sẽ cho là lạnh nhạt, khinh người.

Chào mời cũng thường đi đôi với nhau. Cần phân biệt mời thực sự hay mời xã giao (mời để thay cho lời chào). Nếu bạn có dịp đến Việt Nam và có điều kiện tham gia lễ hội chùa Hương, bạn sẽ thấy hành khách trong hai chiếc thuyền đi trên sông, ngược chiều nhau cũng mời nhau ăn cơm. Lời mời đó chỉ là lời chào chứ không có ai lại nhảy sang thuyền kia ăn cơm cả!

"Lời chào cao hơn mâm cỗ"

Nếu có mâm cỗ cao đầy mà lời chào nhạt nhẽo, khinh người thì mâm cỗ cũng bỏ đi, không có ý nghĩa gì!

Lời chào biểu hiện phong cách con người, biểu hiện nề nếp của gia đình, thuần phong mỹ tục của địa phương và của cả dân tộc Việt Nam. Song ở mỗi nơi một khác, mỗi thời một khác. Ngày xưa, chào bằng cách vái, lạy; ngày nay chào bằng cách bắt tay.

(Phỏng theo Tân Việt)

Từ vựng:

lời chào : 인사말
đi đôi, đi cùng : 함께하다
nụ cười : 미소
lạnh nhạt : 냉담한, 무뚝뚝한
phân biệt(分別) : 분별하다
lễ hội(禮會) : 축제, 제례
nhạt nhẽo : 정이 없는, 성의 없는, 싱거운
phong cách(風格) : 스타일, 방식
vái : 합장하다
thuần phong mỹ tục(順風美俗) : 미풍양속
mâm cỗ : 쟁반에 차려진 음식
ánh mắt : 눈빛
phụ thuộc(附屬) (vào) : … 속하다
khinh người(輕) : 사람을 경멸하다
xã giao(社交) : 사교적인
nhảy sang : 건너가다
bỏ đi, vứt đi : 버리다
nề nếp : 규범, 가훈
lạy : 무릎을 꿇다

2. Hãy thử giải thích các từ và nhóm từ sau:

khinh người → ....
chào xã giao → ....
lạnh nhạt → ....
vái → ....
lạy → ....
thuần phong mỹ tục → ....

3. Tập nói tiếng Việt.

a. Trả lời các câu hỏi sau theo nội dung bài đọc:

- Từ chào trong tiếng Việt thường đi đôi với những từ nào ?
- Người Việt Nam thường chào nhau bằng những cách nào ?
- Khi người Việt Nam thể hiện lời chào đi đôi với hỏi, bạn có cần phải trả lời không ? Nếu có thì nên trả lời thế nào ? Cho ví dụ ?
- Theo bạn, có cần phân biệt mời thật và mời xã giao không ? Vì sao ?
- Bạn có ngạc nhiên về những lời chào của người Việt Nam không ?
- Đối với người Việt Nam, lời chào biểu hiện những điều gì ?
- Người Hàn Quốc có kiểu mời chào xã giao không ? Cho ví dụ ?
- Bạn hiểu "Lời chào cao hơn mâm cỗ" nghĩa là thế nào ?

b. Bạn phản đối hay đồng ý ?

- Trong tiếng Việt, từ "chào" thường đi đôi với từ "hỏi" và từ "mời".
- Cách chào mời và chào hỏi trong tiếng Việt thống nhất trên khắp mọi miền đất nước.
- Người Việt Nam không chỉ chào nhau bằng lời nói mà còn bằng ánh mắt, nụ cười.
- Trong tiếng Việt không cần phân biệt mời thực sự hay mời xã giao (mời để thay cho lời chào).
- Ở Việt Nam, nhiều khi hỏi không có mục đích, hỏi không cần trả lời nhưng nếu không chào hỏi thì người ta sẽ cho là lạnh nhạt, khinh người.
- Đối với người Việt Nam khi gặp nhau không cần phải chào nhau.
- Ngày xưa và ngày nay, người Việt Nam đều chào bằng cách vái, lạy.

c. Bạn sẽ xử lý thế nào trong những tình huống sau đây:

- Một người nào đó ít tuổi hơn gặp bạn mà không chào.
- Khi gặp nhau, bạn đã chào họ rồi mà họ không hề chào lại bạn.
- Khi một người nào đó chào bạn bằng cách muốn ôm hôn bạn.
- Khi một người nào đó chào bạn bằng cách bắt tay nhưng họ lại cầm tay bạn quá lâu.
- Họ mời bạn đi ăn, nhưng lời mời của họ thiếu lịch sự, lạnh nhạt.

Bài tập 2

... nếu ... thì ....
... hễ ... (là) thì ...
... giá ... thì ...

* Đây là những kết cấu dùng để biểu thị mối quan hệ: **điều kiện - kết quả.** Sau "**nếu, hễ, giá**" là nội dung điều kiện còn sau "**thì**" là nội dung kết quả. Trong đó, kết cấu "**giá** ... **thì** ..." biểu thị những điều kiện có tính giả định ít hiện thực, thường thuộc về những ước muốn, mơ ước của người nói. Trong trường hợp cùng một chủ thể thì có thể lược bỏ bớt đi một chủ thể. 이는 조건과 결과관계를 나타내는 표현이다. "**nếu, hễ, giá**" 뒤에는 조건의 내용이, "**thì**" 뒤에는 결과의 내용이 온다. 이 중 "**giá** ... **thì** ..."는 실현 가능성이 적은 조건에서 쓴다. 주체가 동일할 경우 한 쪽의 주체를 생략할 수 있다.

Ví dụ:

- **Nếu** ngày mai trời mưa to **thì** các em có thể nghỉ.
- **Hễ** có ai gọi điện cho tôi **thì** nhờ chị nói là tôi không có nhà.
- **Giá** tôi là tổng thống **thì** chắc chắn tôi sẽ có nhiều quyền lực.
- **Nếu** mệt quá **thì** chị cứ nghỉ đi !
- **Giá** anh nghe tôi **thì** mọi việc đã tốt hơn.

Luyện tập:

a. Bạn sẽ làm gì nếu:

- Bạn đang có nhiều tiền → ......
- Khi bạn thân sai hẹn với bạn → ....
- Khi bạn bị lạc đường → ....
- Bạn nhận được một học bổng đi học nước ngoài → ....
- Một người nào đó đề nghị bạn giúp đỡ → ....
- Khi lời đề nghị của bạn bị từ chối → ....
- Một người nào đó không đồng ý với ý kiến của bạn → ....
- Khi bạn đang có nhiều thời gian rỗi rãi → ....

b. Sử dụng các kết cấu trên tạo câu với những nội dung dưới đây:

- Trời mưa - Tôi ở nhà.
- Anh ấy bắt đầu nói - Tôi đi ra ngoài.

- Nằm xuống
- Anh ấy nghe lời khuyên của bạn bè

- Đi tàu điện ngầm
- Tôi là chị
- Anh không hoàn thành công việc
- Em không muốn ngồi đây

- Bắt đầu ngáy.
- Tình hình không đến nỗi xấu như vậy.
- Ông ấy bắt đầu ngủ.
- Tôi sẽ không xử sự như vậy.
- sẽ bị phê bình
- ra ngoài kia

Bài tập 3

... vì ... nên ...
... bởi vì ... cho nên ...
... sở dĩ ... là vì ...

* Đây là những kết cấu dùng để biểu thị mối quan hệ: **nguyên nhân – kết quả.** Sau "**vì, bởi vì**" là nội dung nguyên nhân còn sau "**nên, cho nên**" là nội dung kết quả. Để nhấn mạnh ý nghĩa "nguyên nhân", người ta thường đổi vị trí của kết cấu. "**Sở dĩ** ... **là vì** ..." là kết cấu nhấn mạnh "nguyên nhân", đồng thời người nói mong nhận được sự thông cảm từ phía người nghe. 이는 원인과 조건관계를 나타내는 표현에 쓴다. "**vì, bởi vì**" 뒤에는 원인의 내용이, "**nên, cho nên**" 뒤에는 결과의 내용이 온다. 원인을 강조하려 할 때는 결과를 앞에 쓴다. "**Sở dĩ** ... **là vì** ..."는 원인을 강조하면서 화자가 청자의 이해를 구하려고 할 때 쓴다.

Ví dụ:

- **Vì** chủ quan **nên** chị ấy làm bài thi không tốt lắm.
- **Sở dĩ** anh ấy đến muộn **là vì** xe máy của anh ấy bị hỏng.
- Anh ấy bị ho nhiều **bởi vì** hút thuốc lá.(**Bởi vì** hút thuốc lá **cho nên** anh ấy bị ho)
- **Sở dĩ** loại hàng này bán không chạy **là vì** chất lượng quá kém.

Luyện tập:

a. Hoàn thiện các câu sau đây:

- Sở dĩ ông ấy bị ốm ...
- ... môi trường ở đây không tốt là vì ...
- ... chị ấy nói giỏi tiếng Việt là vì ...
- ... họ không đến là vì ...

- Sở dĩ không người nào tin cô ta ...
- ... anh chị ấy chưa tổ chức đám cưới là vì ...
- Sỡ dĩ một nhân viên quản lý thương mại thành đạt trong công việc của mình là vì ...

b. Hãy tìm *các nguyên nhân* **có thể có theo khả năng của bạn đối với những kết quả sau:**

Ví dụ:

Sở dĩ **ông ấy đến muộn** là vì
→ bị tắc đường
→ xe ô tô bị hỏng
→ bị lạc đường
→ . . . . .

Tiếp tục với:

- Bà ấy bị ốm nặng →. . . . . .
- Chúng tôi không hoàn thành nhiệm vụ →. . . . . .
- Mùa Đông năm nay nhiều tuyết →. . . . . .
- Mấy năm nay kinh tế Việt Nam phát triển →. . . . . .
- Chị ấy vừa tốt nghiệp đã xin được việc làm →. . . . . .
- Chúng tôi chọn học tiếng Việt →. . . . . .
- Công nhân Việt Nam sang lao động ở Hàn Quốc →. . . . . .
- Xe máy là phương tiện giao thông tiện lợi nhất ở Hà Nội →. . . . . .

Bài tập 4

... càng ... càng ...
... càng ngày càng ...

* Đây là những kết cấu biểu thị sự tăng tiến. Trong đó, kết cấu "... **càng ngày càng** ..." thường biểu thị sự tăng tiến về đặc trưng, tính chất của sự vật hiện tượng theo thời gian. Còn kết cấu "... **càng** ... **càng** ..." biểu thị những nội dung, hay hành động có quan hệ tăng tiến trong câu. 이는 의미의 상승을 표현할 때 쓴다. "... **càng ngày càng** ..."은 시간의 경과에 따른 사물, 현상의 특징과 성질의 상승을, "... **càng** ... **càng** ..."은 문장에서 상승관계가 있는 내용과 행동을 표현할 때 쓴다.

Ví dụ:

- Thời tiết **càng ngày càng** lạnh.
- Ông ấy **càng** già **càng** khó tính.
- Ông ấy **càng ngày càng** khó tính.
- Chị ấy **càng** nói **càng** khóc.

Luyện tập:

a. Hãy điền các kết cấu trên vào chỗ trống trong những câu dưới đây:

- Trời ... mưa to.
- Họ học tiếng Việt ... tiến bộ.
- Chị nên giải quyết việc này ... nhanh ... tốt.
- Ngày mai anh đến đón tôi ... sớm ... tốt.
- Hai vợ chồng ấy ... hiểu nhau hơn.
- Kinh tế Việt Nam ... tăng trưởng.
- Sức khỏe của bố mẹ tôi ... yếu.
- Chị ấy ... nói, tôi ... không hiểu.
- Thời tiết ... lạnh, mọi người ... dậy muộn.

b. Sử dụng các kết cấu trên hoàn thiện các câu sau đây:

- Thành phố này có nhiều công trình xây dựng to và đẹp.

  → . . . . . .
- Tiếp xúc nhiều với họ, chúng tôi quí mến họ.

  → . . . .
- Bố tôi bảo đi nhiều, sẽ biết nhiều.

  → . . . .
- Giá vàng thế giới tăng hàng ngày.

  → . . . .
- Hút thuốc lá nhiều thì bị ho nhiều.

  → . . . .
- Hàng hóa của Việt Nam đa dạng và phong phú hơn.

  → . . . .
- Sống ở Việt Nam lâu, tôi hiểu thêm về cuộc sống của người Việt Nam.

  → . . . .

Bài tập 5

1. Hãy đọc hiểu câu chuyện sau:

Mua kính

Có một thanh niên lười học, dốt nát thấy một cụ già đeo kính đọc sách. Anh ta nghĩ, chẳng cần đi học, chỉ cần có một cái kính là sẽ đọc được chữ. Anh ta muốn đọc được sách như cụ già, nên ghé vào một cửa hiệu bán kính tìm mua một cái kính.

Anh ta đã chọn được một cặp kính, đeo vào rồi mượn một quyển sách giở ra xem. Xem xong, anh ta bảo chủ hiệu cho chọn cặp khác. Nhưng chọn mãi mà chẳng có cặp kính nào làm anh ta vừa ý. Chủ hiệu hơi lạ, hỏi:

- Sao cặp kính nào anh cũng chê cả là thế nào ?

Anh ta bảo:

- Nếu kính tốt thì tôi đã đọc được chữ ... !
- Hay là anh không biết chữ ?
- Nếu biết chữ thì tôi chẳng cần mua kính ... ! ! !

2. Trả lời các câu hỏi sau:

- Theo bạn, người thanh niên trong câu chuyện trên là người thế nào ?
- Anh ta đã nghĩ điều gì ? Bạn có đồng ý với điều anh ta nghĩ không ? Vì sao ?
- Cuối cùng anh ta có tìm được cặp kính vừa ý không ? Vì sao ?
- Chủ hiệu kính đã nghĩ về anh ta thế nào ?
- Theo bạn, nếu theo cách của anh ta thì có đọc được sách không ? Nếu không, phải theo cách nào ?
- Ở Hàn Quốc trẻ em bắt đầu đi học chữ lúc mấy tuổi ? Và đến bao nhiêu tuổi thì kết thúc ?
- Hệ thống chữ viết Hàn Quốc hiện nay gồm cả một số lượng chữ Hán, bạn thấy học chữ Hán có khó không ? Vì sao ?

Bài tập 6

Chọn khả năng đúng rồi điền vào chỗ trống trong các câu sau:

- Nhiều nhà khoa học trên thế giới cho rằng, trái đất của chúng ta ... nóng lên.

① càng ngày càng ② nếu ③ sở dĩ ④ bởi vì

- Sở dĩ cô ấy thất bại ... cô ta luôn cho mình là người giỏi nhất.
  ① giá ② là vì ③ ngày càng ④ nếu

- ... chị không mời thì anh ấy sẽ không đến dự sinh nhật của chị đâu.
  ① càng ② là vì ③ nếu ④ giá

- Chị ấy càng nói, tôi ... không hiểu.
  ① nếu ② hễ ③ giá ④ càng

- ... tôi là anh thì tôi sẽ không bao giờ xử sự với chị ấy như vậy.
  ① ngày càng ② vì ③ giá ④ sở dĩ

- Trời càng về khuya, không khí ... lạnh.
  ① càng ② sở dĩ ③ nếu ④ hễ

- Cuộc sống của nhân dân Việt Nam ... được cải thiện.
  ① càng ngày càng ② sở dĩ ③ nếu mà ④ vì là

- ... gặp chuyện buồn là anh ấy ra quán uống rượu.
  ① giá ② hễ ③ sở dĩ ④ do

- ... chị ấy còn sống thì bây giờ anh ấy sẽ không buồn bã đến mức đó.
  ① càng ngày ② giá ③ càng ④ hễ giá

Bài tập 7 **Bạn hãy tìm các tính từ, danh từ, động từ 2 âm tiết trong bài đọc ở bài tập 1 và bài tập 5:**

BÀI MƯỜI MỘT

SINH HOẠT HÀNG NGÀY

A. Từ vựng

1. Đọc nhiều lần các từ sau:

đổi tiền(錢) : 환전하다
gửi tiền(錢) : 송금하다
tỷ giá(比價) : 환율
ngân phiếu(銀票), séc : 수표
lệ phí(例費) : 비용
loại tiền(類錢) : 화폐 종류
sổ tiết kiệm(節儉) : 저축장부, 저축 통장
tiền mặt : 현금
kiểm tra(檢査) : 검사하다
tài khoản(財款) : 통장 계좌

mở (tài khoản) : (통장을) 개설하다
rút (lấy) tiền : 돈을 찾다, 인출하다
làm đầu : 머리하다
sấy (tóc) : (머리를) 말리다
chải (đầu) : (머리를) 빗다
thuốc nhuộm tóc : 염색약
cạo : 면도하다
hiệu giặt là : 세탁소
giặt ướt : 물세탁
phơi : 말리다
bột giặt : 분말세제
số bí mật(數秘密) : 비밀번호
lễ gia tiên(禮家先) : 조상에 대한 차례
mừng thọ(壽) : 장수를 축하하다
phong bao(封包) : 봉투에 담긴 세배돈
tưởng niệm(想念) : 묵념하다
ăn cỗ : 음식을 먹다
thay mặt : 대표하다
tổ tiên(祖先) : 조상, 선조
lạy : 무릎을 꿇다
đạo đức(道德) : 도덕
ngoại tệ (外幣) : 외화
cắt tóc : 머리카락을 자르다, 이발하다
gội (đầu) : 머리를 감다
nhuộm (tóc) : (머리카락을) 염색하다
tóc bạc : 흰머리
máy sấy tóc : 헤어드라이기
râu : 수염
giặt khô : 드라이크리닝
giặt máy : 기계 세탁
là (ủi) : 다림질하다
máy rút tiền tự động (ATM) : ATM기
thẻ rút tiền : 현금카드
lần lượt : 차례대로
mừng tuổi : 한살 더 먹은 것을 축하하다
hồng điều(紅桃) : 홍조를 띤
nghi thức(儀式) : 의식
tình nghĩa(情義) : 정의
môn sinh(門生) : 문하생
vái: 합장하다
có công(功) : 공적이 있다

B. Tập nghe tiếng Việt

1. Đọc bài hội thoại dưới đây:

Park : Mình sắp sang học ở Việt Nam, theo cậu thì nên thuê nhà ở đâu tốt nhất ?
Lee : Thế cậu định học ở Hà Nội hay thành phố Hồ Chí Minh ?
Park : À, mình sẽ học ở Hà Nội.
Lee : Nếu vậy thì cậu nên thuê nhà ở khu phố Cổ của Hà Nội.
Park : Theo cậu thì ở đó có gì hay hơn ở những nơi khác ?
Lee : So với những nơi khác, giá thuê nhà ở khu phố Cổ đắt hơn một chút nhưng lại rất tiện, nhất là trong sinh hoạt hàng ngày. Dọc các phố thuộc khu phố Cổ đều có nhiều quán ăn, quán giải khát, cửa hàng, cửa hiệu ... Khi cậu cần giặt giũ,

cắt tóc, hay đổi tiền …, cậu chỉ đi vài chục mét ... Sự tiện lợi này của khu phố Cổ không nơi nào ở Hà Nội có được. Ngoài ra, ở đó, cậu còn có thể tìm hiểu cuộc sống về đêm của người Hà Nội, đặc biệt là nếu thỉnh thoảng cậu đi dạo đêm quanh Hồ Gươm thì thật là tuyệt …!

Park : Nhưng, mình cũng nghe nói nếu thuê nhà ở khu vực xung quanh khoa Tiếng Việt vừa gần lại vừa rẻ … ?

Lee : Đó là trước đây, còn bây giờ ở khu vực Bách Khoa nhiều thứ bất tiện lắm. Đường phố thì lúc nào cũng đông người, ồn ào và lắm xe cộ. Nếu cậu chỉ sang học 1, 2 tháng thì ở tạm khu Bách Khoa cũng được còn nếu học lâu dài thì theo mình cậu không nên ở đó …

Park : Mình rất cám ơn những lời khuyên của cậu !

2. Hãy đọc bài đọc sau:

Những phong tục đẹp trong ngày Tết

Mồng một là Tết nhà cha
Mồng hai nhà mẹ, mồng ba nhà thầy

Sáng mồng một Tết, sau khi lễ gia tiên, con trai trưởng (hoặc dâu trưởng) mời cha mẹ ngồi vào hai ghế tựa ở giữa nhà, các con cháu theo thứ tự: anh chị trước, các em sau, cuối cùng đến các cháu, lần lượt mừng thọ cha mẹ, ông bà bằng hai lạy và hai vái. Sau đó, cha mẹ mừng tuổi cho các con, các cháu bằng những phong bao, được gói bằng giấy hồng điều.

Mồng hai nhà mẹ ...

Sáng mồng hai Tết, cha mẹ dẫn con, cháu về quê ngoại chúc Tết. Đầu tiên là tưởng niệm tổ tiên, rồi mừng thọ ông bà ngoại giống như nghi thức bên nội. Cuối cùng, đi chúc Tết và mừng tuổi họ hàng thân thích bên ngoại. Đến đâu, họ cũng được mừng tuổi.

Tối mồng hai Tết, cả bên nội lẫn bên ngoại cùng ăn cỗ đầu Xuân, chuyện trò vui vẻ. Không khí ấm áp càng làm cho tình nghĩa nội, ngoại thêm thắm thiết.

Mồng ba nhà thầy...

Thầy học là người có công lớn trong việc giáo dục đạo đức, mở mang trí tuệ cho mỗi người. Vì vậy, ngày Tết đến tạ ơn thầy, luôn được nhân dân coi trọng. Người Việt Nam có truyền thống: "Tôn sư trọng đạo", "không thầy đố mày làm nên", "công cha, nghĩa mẹ, ơn thầy"...v.v.

Mồng ba Tết, các môn sinh đến nhà thầy. Sau khi làm lễ tổ tiên, trưởng nhóm thay mặt các môn sinh chúc thọ thầy, cảm tạ công ơn của thầy và biếu thầy nhiều quà tặng khác. Sau đó, thầy và trò liên hoan, chuyện trò vui vẻ, ...

(Phỏng theo Cẩm Thu)

2. Trả lời các câu hỏi sau:

- Trước khi sang du học ở Việt Nam, anh Park đã tham khảo anh Lee điều gì ?
- Anh Lee đã khuyên anh Park nên thuê nhà ở đâu ?
- Theo anh Lee thuê nhà ở khu vực phố Cổ của Hà Nội có những tiện lợi gì ?
- Bạn đã từng sang học ở Việt Nam chưa ? Lúc đó bạn thuê nhà ở đâu ? Bạn hãy cho biết những lý do để thuê nhà ở đó ?
- Bạn hãy cho biết, vào ngày Tết, người Việt Nam có những phong tục truyền thống nào ?
- Tết nhà Cha nghĩa là gì ? Tết nhà mẹ nghĩa là gì ?
- Vì sao người Việt lại có ngày Tết nhà thầy ?
- Ở Hàn Quốc có những phong tục này không ? Bạn hãy cho biết sự giống và khác nhau của những phong tục trên giữa hai nước ?

C. Tập nói tiếng Việt

1. Hãy thử giải thích các từ sau:

tỷ giá → . . . .
ngoại tệ → . . . .
đổi tiền → . . . .
tóc bạc → . . . .
mừng thọ → . . . .
lạy → . . . .
vái → . . . .
thầy giáo → . . . .
tiền mừng tuổi → . . . .
"không thầy đố mầy làm nên" → . . . .

2. Bạn hãy đọc kỹ câu chuyện sau:

Câu chuyện bó đũa

Một người cha làm ruộng có 4 người con trai. Một hôm, ông gọi cả 4 người con lại đứng quanh một cái bàn. Trên bàn, người cha để một bó đũa và một túi bạc rồi bảo các con rằng: "Bây giờ, trong số các con, nếu ai bẻ gãy được bó đũa này thì cha sẽ tặng cho túi bạc".

Bốn người con, mỗi người đều lần lượt bẻ thử một lần. Nhưng cuối cùng, không ai bẻ được. Sau đó, người cha bèn cởi bó đũa, lấy ra từng chiếc rồi bẻ một cách dễ dàng. Bốn người con liền nói: "Nếu bẻ từng chiếc một thì ai cũng có thể bẻ, còn bẻ cả bó thì chúng con không ai bẻ nổi".

Người cha liền nói: "Các con, như thế là các con đã hiểu được: "muốn có sức mạnh thì phải có sự đoàn kết". Sự đoàn kết cũng giống như bó đũa. Sau này, khi cha mất, các con đừng bao giờ quên câu chuyện này. Các con phải thương yêu nhau, luôn giúp đỡ nhau thì mới đủ sức mạnh để đối phó với người khác".

3. Hãy tập nói theo chủ đề với những nội dung chính sau đây:

a. Trong câu chuyện trên gồm mấy nhân vật (người) và quan hệ giữa họ thế nào ?

b. Người cha đã yêu cầu những người con làm gì ? Kết quả thế nào ?
c. Sau đó người cha đã làm gì ? Và những người con đã nói gì ?
d. Bạn thử đoán xem ý định của người cha trong câu chuyện này là gì ?
e. Theo bạn, đoàn kết sẽ tạo ra những điều gì ? Và cho biết ý nghĩa của sự đoàn kết trong cuộc sống ?
g. Hãy tóm tắt lại câu chuyện ?

D. Bài tập

1. Bài tập ngữ pháp.

Mẫu 1

... làm sao mà ... được
... làm thế nào mà ... được.

* Đây là kết cấu biểu thị ý nghĩa "không thể" hoặc "rất khó" có thể thực hiện hay hoàn thành. 이는 실현 혹은 완성이 어렵거나 불가능한 상황을 표현하고자 할 때 쓴다. 의미는 "어떻게 ...할 수 있겠느냐?"이다.

Ví dụ:

- Anh mới học tiếng Việt 2 tuần **làm sao mà** nói **được**.
- Chỉ gặp cô ấy một lần (thì) **làm sao mà** biết **được** cô ta là người thế nào.
- Giá cả đắt thế này (thì) **làm thế nào mà** mua nổi.
- Còn một tháng nữa mà phải học 15 bài, **làm sao mà** xong **được**.

Luyện tập:

a. Hãy điền "... làm sao mà ..." và các yếu tố thường xuất hiện trước và sau nó vào các câu dưới đây:
- Nếu bạn không đến thành phố Hồ Chí Minh thì ... được giọng ở đó.
- ... chỉ nói mà không làm thì ... tích lũy được nhiều kinh nghiệm.
- Nếu các chị không đi du lịch nhiều ... hiểu được văn hóa Việt Nam.
- Nếu các anh không về nông thôn ... cuộc sống của người nông dân.

- Nếu họ không cho phép ... thực hiện được.
- Nếu không có visa ... đến Hàn Quốc được.
- Nếu chị không nói thì tôi ... biết được.

b. Hoàn thành các câu sau:

- Trời mưa to như thế này thì ... về nhà …
- Cô ta khó tính như thế thì làm sao mà …
- Vấn đề phức tạp như thế thì ... giải quyết …
- Ồn ào như thế thì làm sao mà ...
- Chị uống nhiều cà phê như thế thì ...
- Anh trả rẻ như vậy thì ...
- Tắc đường như vậy thì ...

Mẫu 2

… làm gì mà … thế

* thường dùng trong khẩu ngữ, biểu thị sự ngạc nhiên (với sắc thái tiêu cực) của người nói đối với người nghe. Ý nghĩa tương tự với "tại sao ... thế". 이는 구어체에서 청자에 대한 화자의 소극적 놀람을 나타내는 표현이다. 뜻은 "어떻게 ... 그렇게 할 수가 있느냐?". 의미는 "tại sao ... thế"와 같다.

Ví dụ:

- Anh **làm gì mà** chậm **thế** ! (Tại sao lại chậm như vậy ?)
- Không hiểu, chị ấy **làm gì mà** lâu **thế** ! (Tại sao lâu thế ?)
- **Làm gì mà** đắt **thế** ! (Sao lại đắt như vậy ?)

Luyện tập:

a. Hãy đọc các ngữ cảnh sau, rồi đặt câu với kết cấu "…làm gì mà …thế":

- Bạn vào một cửa hàng để tìm mua một món hàng. Sau khi đã tìm được món hàng vừa ý, bạn hỏi người bán hàng về giá của nó. Người bán đã nói một cái giá mà bạn không bao giờ nghĩ đắt đến như vậy. Bạn sẽ nói:

→.......

- Bạn gọi điện thoại cho bạn của bạn. Điện thoại kêu nhiều lần mà không có ai cầm máy. Một lúc sau, bạn của bạn mới nhấc máy trả lời. Vì bạn phải chờ đợi khá lâu nên bạn hơi bực mình. Bạn sẽ nói với bạn của bạn:

→.......

- Mấy hôm nay, bạn không hiểu tại sao bạn thân của bạn có chuyện gì mà mặt mũi lúc nào cũng buồn rầu. Bạn sẽ hỏi bạn thân của bạn:

→.......

- Anh trai của bạn là một người nóng tính. Gặp chuyện gì hay làm việc gì anh ấy rất dễ cáu gắt. Bạn sẽ bảo:

→.......

- Sáng nay khi xuống ga tàu điện ngầm, bạn rất ngạc nhiên không hiểu sao hôm nay người đi tàu điện ngầm quá đông. Bạn sẽ nói:

→.......

- Mấy hôm nay, thời tiết mưa liên tục không tạnh. Bạn đã có nhiều cuộc hẹn phải hoãn lại. Bạn sẽ nói:

→.......

- Khi nghe thấy các anh, các chị ấy đã học đại học 7, 8 năm mà vẫn chưa tốt nghiệp. Bạn sẽ nói:

→.......

b. Sử dụng các từ gợi ý trong ngoặc, hoàn thiện các câu sau:

- Chị nói tiếng gì mà ... thế *(nhanh)*
- Anh làm gì ở trong thư viện mà ... thế *(lâu)*
- Bạn làm gì mà học tiếng Việt ở Việt Nam ... thế *(kỹ)*
- Không biết đêm qua họ làm gì mà sáng nay ... thế *(dậy muộn)*

- Yêu nhau đã được hơn 10 năm không hiểu làm gì mà họ vẫn chưa ... đám cưới *(tổ chức)*

- Ở Việt Nam, sinh viên phải học liên tục trong thời gian từ 4 đến 5 năm, không hiểu một số sinh viên Hàn Quốc làm gì mà ... thời gian học đến 9, 10 năm thế *(kéo dài)*

Mẫu 3

... đầu tiên (trước hết), ... sau đó, ... cuối cùng ...

* Đây là các từ thể hiện trình tự về thời gian của các nội dung được nói đến trong một thông báo. Trình tự này thường được dùng trong khẩu ngữ, trong ngôn ngữ nói phổ biến hơn ngôn ngữ viết. Trong trường hợp cụ thể, người ta có thể dùng: "**Thứ nhất** ... **thứ hai** ... **thứ ba** ...v.v.". 이는 순서를 나타낼 때 쓴다. 주로 구어체에서 쓰며, "**thứ nhất** ... **thứ hai** ... **thứ ba** ...v.v." 등의 형태로도 대체할 수 있다. 의미는 첫째, 둘째, 셋째이다.

Ví dụ:

- **Đầu tiên** chúng tôi nói chuyện với nhau, **sau đó** đi ăn với nhau và **cuối cùng**, chúng tôi chia tay nhau.
- Sinh viên nước ngoài muốn sang học ở Việt Nam, **đầu tiên** phải làm thủ tục visa, **sau đó** mua vé máy bay và **cuối cùng** sẽ bay đến Việt Nam.
- Hệ thống giáo dục phổ thông của Việt Nam gồm 3 cấp, **đầu tiên** là cấp tiểu học, **sau đó** là cấp trung học cơ sở và **cuối cùng** là trung học phổ thông.

Luyện tập:

a. Sử dụng các từ trên, sắp xếp theo thứ tự trước sau các hành động dưới đây:

- Cách pha chè Việt Nam:
+ cho lượng nước sôi vừa uống vào ấm rồi đợi 3 đến 5 phút.
+ cho lượng chè vừa uống vào ấm rồi rót nước sôi tráng chè.
+ tráng ấm chén bằng nước nóng.

- Cách giặt quần áo bằng máy giặt:
+ cho quần áo bẩn vào máy giặt cùng lượng bột giặt tương ứng.
+ khi chương trình giặt kết thúc và bạn lấy quần áo ra phơi.
+ cắm điện và chọn chương trình giặt cho máy.

- Cách nấu cơm bằng nồi cơm điện:
+ cho lượng gạo muốn nấu vào nồi cơm điện đã được rửa sạch.
+ cắm điện và bật nút nấu.
+ vo gạo rồi cho lượng nước tương ứng với lượng gạo vào nồi.

- Thứ tự chuẩn bị một bát phở Việt Nam:
+ cho thịt gà (hoặc thịt bò), hành và các loại gia vị vào bát.
+ cho bánh phở vào bát đã được rửa sạch.
+ đổ nước dùng (nước phở) vừa đủ vào bát.

- Khi muốn xem một chương trình nào đó trên ti vi, bạn sẽ :
+ chọn kênh có chương trình bạn muốn xem.
+ chương trình kết thúc, tắt ti vi .
+ bật ti vi.

2. Bài tập lựa chọn:

- Theo phong tục, người Việt Nam đi chúc Tết cha vào ngày mồng Một, đi Tết mẹ vào ngày mồng Hai còn ... đi Tết thầy.
  ① mồng Bốn ② mồng Ba ③ mồng Năm ④ mồng Một

- Thầy học là người có công lớn trong việc ... đạo đức, mở mang trí tuệ cho mỗi người.
  ① giáo dục ② kinh doanh ③ mua bán ④ làm ăn

- Các bạn mới học tiếng Việt hai tuần ... nói được.
  ① làm sao mà ② đầu tiên ③ sau đó ④ cuối cùng

- Không biết anh ta ... trong đó mà lâu thế !
  ① làm sao mà ② làm gì ③ sau đó ④ đầu tiên

- Người cha trong "Câu chuyện bó đũa" có ... người con trai.
  ① hai ② bốn ③ ba ④ năm

- Cuối cùng, ... ai bẻ được bó đũa cả.
  ① tất cả ② mọi người ③ không ④ có

- Khi đến Việt Nam, ... chị ấy gọi điện cho anh ấy, sau đó họ hẹn gặp nhau tại một quán giải khát.

  ① cuối cùng ② sau đó ③ làm gì ④ đầu tiên

- Nếu chị không xin lỗi anh ấy thì ... anh ấy tha thứ cho chị được.

  ① làm sao mà ② đầu tiên ③ sao làm mà ④ làm mà sao

- Không biết các sinh viên đang làm gì ngoài sân vận động ... ồn ào thế !

  ① nhưng ② mà ③ do ④ rồi

3. Bài tập viết.

Bạn hãy viết về một số phong tục của đất nước bạn vào dịp năm mới.

BÀI MƯỜI HAI

HÀNG HÓA VÀ MUA SẮM

A. Từ vựng

1. Đọc nhiều lần các từ sau:

hàng hóa(行貨) : 상품
hàng hiệu : 상품 브랜드
áo dài : 아오 자이
hàng chợ : 시장 상품
cửa hiệu, hiệu : 가게
váy : 치마

com lê : 양복

giày dép : 슬리퍼

ca vát : 넥타이

đội : (모자를) 쓰다

thắt : 매다, 묶다

cởi : 벗다

quần áo bò : 진으로 된 옷

dây chuyền : 목걸이, 생산라인

quần áo lót : 속옷

nhiệt tình(熱情) : 열정적인

biết ơn(恩) : 은혜에 감사하다

sưu tập(收集) : 수집하다

sum họp : 모이다

áo khoác : 코트

áo phông : 티셔츠

mặc : 입다

đeo : (안경을) 끼다

đi : 신다

tháo, bỏ : 풀다, 빼다

tất, nhẫn : 양말, 반지

dây lưng : 허리띠, 벨트

phổ biến(普遍) : 보편

hưởng ứng(響應) : 응하다

tâm sự(心事) : 심사, 마음

thời thơ ấu : 유년시절

ấm cúng : 편안한

B. Tập nghe tiếng Việt

1. Đọc kĩ các bài hội thoại sau:

Tại một cửa hàng bán tranh.

Lee : Cho tôi hỏi, bức tranh này giá bao nhiêu ạ ?
Người bán : Dạ, 200 đô la
Lee : Đô la nào ? Đô la Mỹ, Úc hay Singapore ?
Người bán : À, đô la Mỹ !
Lee : Làm gì mà đắt thế ! Ông có bớt không ?
Người bán : Ông cứ xem đi ! Làm gì mà đắt ! Tôi sẽ bớt, nhưng chỉ một chút thôi…
Lee : Một chút là bao nhiêu, thưa ông ?
Người bán : Nếu anh mua thì tôi bớt cho 15 đô.
Lee : 50 đô được không, ông ?
Người bán : Dạ, bớt nhiều thế thì không được ạ !

2. Đọc kỹ bài đọc sau:

Ngày của Mẹ

Ngày của Mẹ được tổ chức vào Chủ nhật thứ hai trong tháng Năm hàng năm. Đây là một ngày lễ rất phổ biến ở các nước như: Mỹ, Đan Mạch, Phần Lan, Ý, Úc, Bỉ, ...v.v. Ở Việt Nam, trong mấy năm trở lại đây, ngày của Mẹ đã và đang đi vào đời sống và được các bạn trẻ nhiệt tình hưởng ứng.

Ngày của Mẹ là cơ hội để con cái thể hiện tình cảm và lòng tôn kính của mình đối với Mẹ. Đây cũng là dịp để con cái tỏ lòng biết ơn về những điều tốt đẹp mà Mẹ đã dành cho các con trong suốt nhiều năm qua. Vậy, vào ngày này, con cái có thể làm những điều gì ? Dưới đây là một số việc người ta đã gợi ý cho bạn:

Bạn có thể chuẩn bị bữa sáng cho cả nhà giúp Mẹ. Cũng có thể ngay từ sáng sớm, bạn hãy tặng Mẹ một tấm thiệp với những lời chúc mừng tốt đẹp nhất. Nếu bạn là con gái, bạn có thể chia sẻ, tâm sự với Mẹ như cùng Mẹ đi chơi đâu đó, đi xem phim, nghe ca nhạc, dạo công viên hay đi mua sắm, ...v.v. Bạn hãy tặng Mẹ một món quà có ý nghĩa, không cần phải đắt tiền. Có thể là một quyển sách hay, mỹ phẩm, nữ trang, quần áo, túi xách hay nước hoa, hoặc có thể làm một quyển Allbum nhỏ sưu tập những bức ảnh về cuộc đời Mẹ như ảnh về thời thơ ấu, ảnh đám cưới Mẹ, những cuộc sum họp gia đình, những kỳ nghỉ Hè, nghỉ Đông, hay lúc Mẹ đang là một người Mẹ trẻ ...

Bữa ăn tối, bạn có thể mời Mẹ và cả gia đình đến một tiệm ăn nào đó nếu mọi người thích. Hoặc nếu không, bạn hãy tổ chức một bữa tối ấm cúng tại nhà và mời mọi người trong gia đình. Lúc đó, mọi người sẽ tặng Mẹ những món quà ý nghĩa nhất ...

2. Trả lời các câu hỏi theo nội dung bài hội thoại và bài đọc:

- Anh Lee đã vào đâu ? Và anh ấy muốn mua gì ?
- Nếu anh Lee mua bức tranh đó thì chủ cửa hàng sẽ giảm giá cho anh Lee bao nhiêu ?
- Khi đi mua hàng, bạn có hay mặc cả không ? Theo bạn mặc cả tốt hay không tốt ? Vì sao ?
- Ở Hàn Quốc có ngày của Mẹ không ? Và hàng năm, nó được tổ chức vào ngày nào ?
- Ngày của Mẹ ở đất nước của bạn mang những ý nghĩa gì ?
- Trong ngày của Mẹ, bạn đã làm những điều gì để thể hiện tình cảm của bạn đối với Mẹ ?
- Theo bạn, những việc làm trong ngày của Mẹ ở bài đọc trên, việc làm nào có ý nghĩa nhất ? Vì sao ?

C. Tập nói tiếng Việt

1. Thử giải thích các từ sau đây:

bớt → ....
hàng hiệu → ....
phổ biến → ....
thanh niên → ....
gợi ý → ....
tâm sự → ....
thời thơ ấu → ....
sưu tập → ....

2. Đọc hiểu bài đọc sau:

Khách hàng thích gì ?

Sỡ dĩ một nhân viên quản lý thương mại, một nhân viên bán hàng hay một nhân viên tiếp thị thành đạt trong công việc của mình là nhờ họ nắm bắt được tâm lí của từng khách hàng để từ đó có đối sách phù hợp, khiến cho hoạt động kinh doanh, buôn bán luôn thu được hiệu quả cao. Dưới đây, chúng tôi xin giới thiệu một vài trạng thái tâm lí khi đi mua sắm của khách hàng, giúp các bạn tham khảo:

a. Tâm lí muốn cái mới:

Đây là loại tâm lí của những người đặc biệt thích thú muốn được nhanh chóng dùng thử, hưởng thụ những loại sản phẩm mới về kết cấu, kiểu dáng và tính năng. Nói chung, những khách hàng trẻ luôn có tâm lí này. Muốn thu hút được họ, bạn phải thường xuyên thay đổi mẫu mã hàng hóa, sử dụng những phương thức phục vụ khác nhau.

b. Tâm lí chọn cái đẹp:

Đây là biểu hiện tâm lí của những người rất quan tâm tới vẻ hào nhoáng sang trọng của cửa hàng, sản phẩm. Những nhân tố hấp dẫn khách hàng như: vẻ ngoài của cửa hàng; cách bài trí hàng hóa; trang phục của nhân viên bán hàng; màu sắc, kiểu dáng, bao bì ... của hàng hóa góp phần thỏa mãn nhu cầu hưởng thụ cái đẹp của khách hàng.

Khách hàng có tâm lí này thường là những bạn trẻ, những người có trình độ học vấn cao.

c. Tâm lý lựa chọn:

Tất cả những ai khi đi mua sắm đều có tâm lý này. Ai cũng muốn lựa chọn cho mình một món hàng vừa ý. Loại cửa hàng tự chọn thường thỏa mãn nhu cầu này của khách hàng một cách tối đa. Chính vì thế người bán hàng phải luôn có thái độ phục vụ kiên nhẫn, vui vẻ, không cau có và đáp ứng mọi nhu cầu lựa chọn của khách, đặc biệt là phải vui vẻ trả lời những câu hỏi của khách, cố gắng làm khách hài lòng. Những người già, đặc biệt là phụ nữ, thường có tâm lý lựa chọn kỹ càng.

(Phỏng theo Trịnh Đức Hiển)

3. Tập nói tiếng Việt:

a. Bạn hiểu thế nào về các nhóm từ dưới đây:

- nhân viên tiếp thị → ....
- thay đổi mẫu mã → ....
- vẻ hào nhoáng của sản phẩm → ....
- cửa hàng tự chọn → ....
- thái độ không cau có → ....

b. Trả lời các câu hỏi sau:

- Theo bạn, muốn hoạt động kinh doanh đạt được hiệu quả cao, trước hết cần phải có những điều kiện gì ?
- Nắm bắt được tâm lí của khách hàng có phải là điều kiện quan trọng không? Vì sao ?
- Bạn có tâm lí thích cái mới và cái đẹp không ? Vì sao ?
- Khi đi mua hàng, bạn có thích lựa chọn không ? Vì sao ?
- Bạn sẽ chọn mua những mặt hàng đẹp nhưng không tốt lắm hay là mặt hàng tốt mà hình thức không được đẹp lắm ?
- Theo bạn, một người bán hàng cần phải có những điều kiện gì ?
- Nếu bạn là một người bán hàng, khi gặp phải một khách hàng chỉ xem, chọn lựa nhiều mà không mua, bạn sẽ có cảm giác khó chịu không ? Vì sao ?

c. Bạn sẽ đồng ý hay phản đối:

- Muốn kinh doanh đạt hiệu quả cao, chỉ cần có hàng hóa chất lượng tốt và mẫu mã đẹp, không cần quan tâm đến tâm lí của khách hàng ?
- Đối với khách hàng trẻ không cần quan tâm đến chất lượng hàng hóa, chỉ cần chú ý đến hình thức bên ngoài của hàng hóa mà thôi ?
- Hình thức, vị trí của cửa hàng không quan trọng lắm ?
- Những người già và đặc biệt là phụ nữ thường có tâm lí lựa chọn hàng hóa kĩ càng ?
- Hình thức, cách ăn mặc và thái độ của người bán hàng cũng không cần phải chú trọng lắm ?
- Tất cả những người đi mua sắm thường có tâm lí là mua cho nhanh, không cần quan tâm đến chất lượng của hàng hóa ?

D. Bài tập

Mẫu 1

... à ?
... chứ ?

* "... **à** ?" là từ đứng cuối câu để tạo lập câu hỏi được dùng nhiều trong khẩu ngữ. Về cơ bản, ý nghĩa của "... à ?" tương đương với "... (có) phải không ?". Tuy nhiên, kết cấu "... à ?" biểu thị mối quan hệ giữa người nói và người nghe thân mật, gần gũi hơn. "... **à** ?"는 구어체에서 의문문을 만들 때 문미에 쓴다. 의미는 그렇습니까?로 ... (có) phải không?와 같다.그러나 "... **à** ?"는 화자와 청자 간의 친밀관계를 나타낸다.

Ví dụ:

- 9 giờ rồi mà các em chưa đi học **à** ?
- Em không đi thành phố Pu San với đoàn đại biểu Việt Nam **à** ?
- Các chị sang Hàn Quốc để thực tập tiếng Hàn **à** ?

* "... **chứ**" cũng là từ đứng ở cuối câu trong khẩu ngữ, được người nói dùng để nhấn mạnh hoặc khẳng định tính chắc chắn của nội dung ý kiến, thông báo được đưa ra. Tính "chắc chắn" của nội dung thông báo được thể hiện ngay cả trong câu hỏi lẫn khi phủ định lại ý kiến của người khác. "... **chứ**" 역시 구어체에서 의문문을 만들며 문미에 쓴다. 이는 화자의 의견이나 생각을 청자가 확실히 동의해 주기를 혹은 청자가 동의할 때 쓴다.

Ví dụ:

- Anh có muốn đi du lịch cùng chúng tôi không ? → Có **chứ** !
- Gia đình anh chị vẫn thuê nhà ở chỗ cũ **chứ** ? → Vâng, vẫn thuê ở đấy.
- Hình như, hôm nay là ngày Rằm ? → Không, ngày mai **chứ** !
- Dạo này, anh chị vẫn bình thường **chứ** ? → Vâng, bình thường **chứ** !

Luyện tập:

a. Sử dụng *"chứ"* để trả lời những câu hỏi sau:

+ Quyển sách này, anh mượn của thư viện đúng không ?
  - Không, ...
+ Các nữ sinh viên Hàn Quốc có biết nấu ăn không ?
  - ....
+ Có phải ngày mai chúng ta được nghỉ học, phải không anh ?
  - Em nghe nhầm rồi, ...
+ Sáng mai, các chị ấy có đi ăn sáng với chúng ta không ?
  - ....
+ Nghe nói, anh chị không thích món ăn Hàn Quốc đúng không ?
  - Đâu mà. Chúng tôi ....
+ Theo anh, trời lạnh như thế này thì có tuyết không ?
  - ....

b. Hãy đọc các câu sau và cho biết những câu nào có thể thay bằng *"chứ?"*:

- Anh chị là người Hàn Quốc phải không ?
- Chị vẫn đang làm việc cho công ty nước ngoài phải không ?
- Gia đình ông bà vẫn thuê nhà ở đó phải không ?
- Các em vẫn tiếp tục học tiếng Việt phải không ?
- Chị vẫn vừa đi học vừa đi làm thêm buổi tối phải không ?
- Lâu không gặp, dạo này bố mẹ và gia đình em vẫn khỏe phải không ?
- Ở một mình, vậy thì anh phải tự đi chợ, nấu ăn phải không ?

c. Thay thế *"...(có) phải không ?"* bằng *"... à ?"* rồi trả lời :

\+ Anh chị đã quen nhau lâu rồi phải không ?
- Vâng, ...

\+ Họ là những sinh viên mới đến có phải không ?
- Không, ...

\+ Ông, bà đến Việt Nam lần này là lần đầu có phải không ?
- Không, ...

\+ Trước đây, các em đã từng học tiếng Việt ở đâu rồi phải không ?
- Vâng, ...

\+ Thường thường vào dịp nghỉ Đông, các bạn sang Việt Nam để thực tập tiếng Việt phải không ?
- Dạ vâng, ...

\+ Anh ấy vẫn chưa gửi e-mail cho chị phải không ?
- Không, ...

\+ Nghe nói, các buổi tối em vẫn học ở thư viện phải không ?
- Dạ vâng, ...

\+ Có phải, anh ấy là bạn trai của em không ?
- Không ạ, ...

Mẫu 2

Ngoài ... ra, ... còn ... (nữa)

* **"Ngoài ... ra, ... còn ... (nữa)"** là kết cấu dùng để nhấn (hay tập trung sự chú ý) vào một sự vật, hành động, hay một nội dung trong số (hay giữa) nhiều sự vật, hiện tượng, nội dung được nói đến. 이는 언급한 사물, 현상, 내용 중 하나를 강조 혹은 주의를 불러일으키려고 할 때 쓰는 표현이다. 뜻은 "...외에 ...하기도 하다"

Ví dụ:

- **Ngoài** tiếng Việt **ra**, họ **còn** quan tâm đến Văn hóa Việt Nam **nữa**.
- Hiện nay, **ngoài** học tiếng Anh **ra**, chị ấy **còn** học thêm tiếng Hàn **nữa**.
- **Ngoài** ba con sông lớn là sông Hồng, sông Hương, sông Cửu Long, Việt Nam **còn** có nhiều sông khác **nữa**.

Luyện tập:

a. Dùng kết cấu *"Ngoài ... ra, ... còn ... (nữa)"* **để nối những nội dung dưới đây thành câu:**

- giảng dạy ở trường đại học / nghiên cứu khoa học
- học tiếng Việt / đi làm thêm vào buổi tối
- đau dạ dày / hay bị nhức đầu
- chăm sóc con cái / chăm sóc cả bố mẹ chồng
- học ở Hà Nội / học ở thành phố Hồ Chí Minh
- đi tham quan ở Huế / tham quan cả Hội An
- học tiếng Việt / học thêm tiếng Anh vào buổi tối

b. Hoàn thiện các câu sau với kết cấu *"Ngoài ... ra, ... còn ... (nữa)":*

- Đến với Câu lạc bộ Trà Việt Nam, ... thưởng thức các loại trà Việt ..., các bạn ... được nghe các nghệ sĩ hát Chèo và Quan họ ...

- Để ổn định cuộc sống ở Hà Nội, ... ổn định chỗ ăn, ở ..., họ ... phải tìm cho mình một chỗ học thích hợp ...

- ... anh ấy ..., tôi ... quen một số bạn người Hàn Quốc ...

- Họ sang Việt Nam, ... mục đích du lịch ..., ... muốn thưởng thức nhiều món ăn đặc sản của Việt Nam ...

- ... công việc ở cơ quan ..., anh ấy ... phải đi làm thêm ở bên ngoài ...

- ... tiếng Việt ..., chúng tôi ... muốn tìm hiểu nhiều về văn hóa, phong tục của Việt Nam ...

- Hàng năm, ... học tiếng Việt ở đây ..., chúng em ... sang Việt Nam để thực tập tiếng Việt ...

2. Bài tập lựa chọn:

- Lâu quá không biết tin tức của nhau, gia đình chị vẫn khỏe ... ?
  ① không ② chứ ③ rồi chứ ④ không à

- Các anh chị là sinh viên Hàn Quốc mới sang Việt Nam ... ?
  ① à ② không phải ③ không à ④ à không

- Trong một học kỳ, ... tiếng Việt ra, chúng em còn phải học nhiều môn nữa.
  ① trong ② bên ③ ngoài ④ bên cạnh

- Phụ nữ Việt Nam, ngoài công việc ở cơ quan ..., họ còn phải chăm sóc con cái và làm cả công việc nội trợ nữa.
  ① vào ② ra ③ lên ④ xuống

- Đã 9 giờ hơn rồi mà chị ấy vẫn chưa dậy, sáng nay chị ấy không đi học . . . ?
  ① à ② chứ ③ đấy ④ không

- Nếu phải sống một mình ở một nơi xa lạ, anh không sợ . . . ?
  ① không ② chứ ③ có không ④ có chứ

- Làm việc suốt đêm như vậy, các bạn không mệt . . . ?
  ① à ② không ③ có không ④ có chứ

- Sinh viên Hàn Quốc ngoài nhiệm vụ học tập ra, họ . . . phải tham gia nghĩa vụ quân sự nữa.
  ① còn ② chứ ③ à ④ không

3. Bài tập viết.

Bạn hãy đọc và chữa những lỗi viết sai được in nghiêng trong đoạn văn dưới đây:

Thủ đô Seoul là *tập trung* về chính trị, kinh tế và văn hóa của Hàn Quốc. Bao quanh Seoul là *nhiều* loạt các thành phố nhỏ hơn *trở* thành một khu vực đô thị sầm uất, liên hoàn. Trong thành phố và xung quanh Seoul *có* nơi tập trung các ngành công nghiệp của quốc gia. Khu vực Seoul có mạng lưới giao thông hiện đại nhất so với cả nước. Ngoài *vườn* bay Kim po *sống* ở vùng ngoại ô phía Tây thành phố Seoul, *rồi* có sân bay quốc tế

Incheon và một hệ thống đường *thép*, đường bộ, đường cao tốc hiện đại tỏa *sáng* khắp mọi miền đất nước. Khu vực Seoul luôn được coi là một khu vực *rất rất* quan trọng. Nó *làm* vai trò như là một cửa ngõ để Hàn Quốc hướng ra thế giới.

Với một tầm chiến lược quan trọng *do* vậy nên tiếng nói ở Seoul và vùng phụ cận được coi như tiếng *chính xác* của cả nước.

(Phỏng theo "Vòng quanh các nước", Nxb VHTT, 2006)

BÀI MƯỜI BA

GIAO THÔNG VÀ ĐI LẠI

A. Từ vựng

1. Đọc nhiều lần các từ sau:

nhà ga : 역
xe buýt : 버스
tàu điện ngầm : 지하철
sân bay : 공항
phòng đợi (chờ) : 대합실, 대기실
bến xe : 정류장
xe lửa, tàu hỏa(火) : 기차
tàu cao tốc(高速) : 고속열차
khởi hành(起行) : 출발하다
xếp hàng : 줄을 서다

tàu thủy(水) : 배, 선박
qua đường : 길을 건너다
hàng không(航空) : 항공
phương tiện(方便) : 방편, 수단
nhận xét : 고려하다
bất chấp(不執) : …에도 불구하고
chấp hành(執行) : 준수하다, 따르다
đăng ký(登記) : 등록하다
tạm thời(暫時) : 잠시
dặn (dò) : 충고하다, 타이르다
lưu ý(留意) : 유의하다
cáu gắt : 몹시 화내다
bận tâm(心) : 신경쓰다
đẩy (ai xuống) : 밀다, 촉진하다
nhờ vả : 의지하다, 부탁하다
tròn xoe : 동그란

thuyền(船) : 배
đỗ : 주차하다
xích lô : 씩로
hình dung(形容) : 외관
ẩu : 부주의한
luật lệ(律例) : 율례
cấm(禁) : 금지하다
ách tắc : (길이) 막히다
tốc độ(速度) : 속도
đánh thức(識) : 깨우다
ngái ngủ : 졸립다
quát tháo : 꾸짖다
dựng (ai dậy) : (누구를 일어나도록) 세우다
dụi mắt : 눈을 비비다
than phiền : 불평하다
thảm thiết(慘切) : 비통한

B. Tập nghe tiếng Việt

1. Đọc bài hội thoại sau:

Lee : Anh đã ở Việt Nam lâu, theo anh phương tiện đi lại tiện nhất ở các thành phố lớn của Việt Nam là gì ?

Park : Mình thấy, đó là xe máy.

Lee : Em cũng nghe nhiều người nói như vậy. Nhưng em vẫn chưa hình dung được xe máy tiện ở chỗ nào, anh có thể giải thích cho em hiểu được không ?

Park : Đường phố ở các thành phố của Việt Nam thường hẹp. Trên đường lại có nhiều loại phương tiện giao thông, như xe ô tô, xe đạp, người đi bộ, … cùng tham gia nên xe máy có thể đi tới bất kì chỗ nào, tốc độ của nó lại nhanh hơn xe đạp nên vừa nhanh vừa tiện.

Lee : Nhưng em cũng nghe nói đi xe máy ở các thành phố lớn của Việt Nam rất nguy hiểm, phải không anh ?

Park : Theo mình, nhận xét như vậy vừa đúng vừa sai. Đúng ở chỗ, đôi khi có một số người đi xe máy hơi ẩu, nhất là thanh niên, họ bất chấp luật lệ giao thông.

Còn sai là ở chỗ, lúc đầu mình cũng không dám đi lại bằng xe máy vì sợ. Nhưng sau đó mình mua xe máy, rồi cùng tham gia giao thông với họ, mình không thấy sợ nữa. Vấn đề là phải luôn làm chủ tốc độ, chấp hành luật lệ giao thông thì chẳng có gì phải lo lắng cả …

Lee : Người ta nói là bây giờ ở Hà Nội và thành phố Hồ Chí Minh cấm đăng ký xe máy, có đúng không anh ?

Park : Một, hai năm trước thôi, còn bây giờ thì không. Bởi vì họ cho rằng xe máy là một trong những nguyên nhân gây ách tắc giao thông nên tạm thời ngừng đăng ký. Còn bây giờ họ lại bỏ qui định đó rồi …

Lee : Nghĩa là nếu em sang Hà Nội, em có thể mua và đăng ký được xe máy ?

Park : Tất nhiên !

2. Đọc kĩ câu chuyện sau:

Thảo nào …

Buổi chiều hôm đó, khi lên tàu, ông khách nọ đã cẩn thận dặn người phục vụ trên tàu:

- "Khi nào tàu đến thành phố Li ông (Lion-Pháp), nhờ ông đánh thức tôi dậy với nhé !" Rồi để người phục vụ hiểu thêm và yên tâm, ông khách còn lưu ý thêm:

- "Tôi ngủ rất say, có khi phải gọi khá lâu mới thức dậy được. Nhiều lúc do ngái ngủ, tôi còn cáu gắt và thường rất hay to tiếng quát tháo người đánh thức mình. Nhưng tất cả những chuyện ấy xin ông đừng bận tâm, xin hãy cứ dựng tôi dậy và nếu cần cứ đẩy tôi xuống ga giúp nhé!".

Dặn dò kỹ lưỡng xong, ông khách yên tâm đi ngủ. Khi ông thức dậy thì đã là 3 giờ sáng, và tàu đã tới thủ đô Pa ri (Paris). Ông dụi mắt và nhận ra ngay rằng người phục vụ đã quên điều ông ta nhờ vả lúc tối. Rất bực mình, ông chạy đi tìm nhân viên đó và than phiền:

- Tôi vô cùng thất vọng! Chưa bao giờ tôi tức giận như thế này! Tôi đã nhờ ông thế nào, chẳng lẽ ông lại quên hết sao ?

Người phục vụ nhìn ông từ đầu đến chân, mắt tròn xoe ngạc nhiên:

- Trời đất ơi ! vậy là không phải ông sao ? Tôi nhầm to rồi ! Thảo nào, cái ông ấy cứ nắm chặt lấy thành ghế và kêu gào thảm thiết là tôi không xuống Li ông …

3. Trả lời các câu hỏi theo nội dung bài hội thoại và bài đọc:

- Anh Lee muốn hỏi anh Park về điều gì ?
- Anh Park đã giải thích thế nào về phương tiện đi lại bằng xe máy ở các thành phố lớn của Việt Nam ?
- Theo anh Park, muốn đi lại bằng xe máy ở các thành phố lớn của Việt Nam cần những điều kiện gì ?
- Theo em hiểu, hiện nay ở các thành phố lớn của Việt Nam đã được phép đăng ký xe máy lại chưa ? Vì sao ?
- Ông khách đi tàu đã gặp người phục vụ để đề nghị điều gì ?
- Ông khách đi tàu muốn đến đâu ? Và ông ta có đặc điểm gì khi ngủ ?
- Vì sao ông khách phải lưu ý thêm người phục vụ ?
- Vì sao khi tàu đến Paris, ông khách có thái độ bực mình và tức giận đối với người phục vụ ?
- Theo bạn, người phục vụ có thực hiện những điều mà ông khách đi tàu đã nhờ vả ông ấy không ?
- Bạn hãy đặt một số câu với từ "thảo nào" ?

C. Tập nói tiếng Việt

1. Thử giải thích các từ sau:

đánh thức → ....
lưu ý → ....
cáu gắt → ....
đẩy → ....
nhờ vả → ....
sân bay → ....
tàu cao tốc → ....
phòng chờ (đợi) → ....

2. Đọc hiểu bài đọc dưới đây:

Nói dối và chất xám

Gần đây, các nhà khoa học đã khám phá ra vấn đề tại sao người này lại nói dối nhiều hơn người kia. Hóa ra, con người nói dối không chỉ do "tính xấu" mà chủ yếu là do cấu tạo đặc biệt của bộ não.

Các nhà khoa học của trường đại học Tổng hợp Nam California (Mỹ) phát hiện ra rằng, có sự khác biệt căn bản trong cấu tạo bộ não của kẻ nói dối "như cơm bữa" với người bình thường. Trong não của những người hay nói dối, lượng chất trắng cao hơn nhiều. Đây là chất tạo ra các dây thần kinh, liên kết những vùng khác nhau trong não bộ và điều hành tốc độ, mức độ phức tạp của suy nghĩ. Còn chất xám là chất điều hành "đạo đức" và kiểm soát chức năng kiềm chế, giới hạn. Trong não của những người nói dối có lượng chất xám ít hơn nhiều.

Các nhà khoa học Mỹ đi tới kết luận, những người thường xuyên nói dối, lừa dối hay lừa đảo thì trong đầu của họ có nhiều dây thần kinh hơn. Điều này cho phép họ hình dung, tưởng tượng và suy nghĩ nhanh hơn. Song vì chất xám ít nên trong lương tâm của những người nói dối rất ít khi xảy ra hiện tượng băn khoăn hay day dứt …

(Phỏng theo Thành Long, Báo Hà Nội Mới, 2006)

Từ mới:

chất xám : 회백질
khám phá ra(勘破) : 검사하다, 발견하다
cấu tạo(構造) : 구조
bộ não(腦) : 뇌
căn bản(根本) : 근본
dây thần kinh(神經) : 신경계통
điều hành(調行) : 조절하다
kiểm soát(檢察) : 조사하다, 통제하다
kiềm chế(鉗制) : 억제하다
lừa đảo : 속이다
lương tâm(良心) : 양심
day dứt : 불안한

3. Tập nói tiếng Việt:

a. Tìm từ *đồng nghĩa* và *trái nghĩa* với từ *"tính xấu"* rồi hãy thử giải thích chúng.

b. Tập giải thích rồi đặt câu:

- *"nói dối như cơm bữa"* **nghĩa là thế nào ? Bạn hãy đặt 3 câu với nhóm từ** *"như cơm bữa"*.
- Hãy cho biết sự khác nhau giữa: *"nói dối"*, *"lừa dối"*, *"lừa đảo"*. Đặt câu với chúng.

c. Trả lời các câu hỏi sau:

- Nguyên nhân chủ yếu của những người hay nói dối là do đâu ?
- Trong bộ não con người chất trắng có những chức năng gì ?
- Trong bộ não con người chất xám có những tác dụng gì ?
- Trong bộ não của những người nói dối tỷ lệ về lượng của hai thứ chất này như thế nào ?
- Vì sao những người hay nói dối có khả năng hình dung, tưởng tượng và suy nghĩ nhanh hơn so với những người không nói dối ?
- Vì sao những người hay nói dối ít khi băn khoăn, day dứt ?
- Bạn đã từng nói dối lần nào chưa ? Hãy kể lại hoàn cảnh buộc bạn phải nói dối ?
- Bạn hiểu thế nào là những lời nói dối đáng yêu ? Hay những lời nói dối chấp nhận được ?

D. Bài tập

1. Bài tập ngữ pháp:

Mẫu 1

... nhỉ ?
... nhé !

* **"... nhỉ ?"** là từ đứng cuối câu trong khẩu ngữ để tạo câu hỏi khi người nói muốn người nghe đồng ý với những ý kiến, nhận xét của mình, đồng thời tạo sắc thái tình cảm thân mật cho câu nói. 이는구어체에서 보다 친밀감을 나타내면서 화자의 생각이나 의견에 청자가 동감해 주기를 바라는 마음에서 쓰는 표현이다. 문미에 쓴다.

Ví dụ:

- Hôm nay, thời tiết nóng quá **nhỉ** !
- Tàu điện tối nay đông quá **nhỉ** !

* Đôi khi, "... **nhỉ ?**" còn được dùng để biểu thị ý tự hỏi, không nhằm vào bất kỳ đối tượng nào cả. "... **nhỉ ?**"는 어느 특정인을 겨냥하지 않고 그냥 막연하게 혼자서 질문하는 경우에도 쓴다. 문미에 쓴다.

Ví dụ:

- Sao mấy hôm nay, anh ấy không gọi điện cho mình **nhỉ** ?
- Không biết tối nay ta đi ăn cơm ở đâu **nhỉ** ?

* Còn "... **nhé !**" cũng là từ đứng cuối câu trong khẩu ngữ, chủ yếu được dùng để tạo ra sắc thái thân mật giữa người nói và người nghe. "... **nhé !**"는 구어체에서 주로 화자와 청자간 친밀감을 나타내고자 할 때 쓴다. 문미에 쓴다.

Ví dụ:

- Chào các bạn ! Mình đi **nhé** !
- Về nước, các bạn đừng quên gửi thư cho mình **nhé** !
- Trưa nay chúng ta cùng đi ăn với nhau **nhé** !

Luyện tập:

a. Hãy điền từ "… nhỉ !" vào các câu sau đây và cho biết ý nghĩa khác nhau của chúng:

- Cô ấy xinh quá … !
- Nói như vậy đúng chưa … ?
- Mùa Đông ở Hàn Quốc rét quá … !
- Không biết ga tàu điện này là ga nào … ?
- Mùa Đông ở Hàn Quốc rét quá … !
- Muốn mua quần áo giá rẻ, mua ở đâu … ?
- Phong cảnh ở đây đẹp quá …!
- Làm bài như vậy, không biết đã được chưa … ?
- Muốn đến trung tâm thành phố thì đi xe buýt số mấy … ?
- Người Hàn Quốc cũng thích ăn cay … !
- Đã 9 giờ rồi, không biết chị ấy có đến không … ?
- Món ăn này ngon thật … !
- Không biết ô tô Hàn Quốc có tốt không … ?
- Căn phòng này rộng và sạch … !

- Hè này có nên đi thực tập ở Việt Nam không … ?
- Chưa đến giờ, sao họ đến sớm thế …?

b. Hãy điền từ "… nhé !" vào các câu sau đây:

- Tôi tắt ti vi. →.......
- Tối nay, chúng ta đi ăn với nhau. →.......
- Bây giờ, chúng ta bắt đầu học. →.......
- Ngày mai, chúng ta lại gặp nhau nữa. →.......
- Nếu kế hoạch thay đổi, anh phải gọi điện cho tôi đấy. →.......
- Nếu bận, chị phải báo trước cho tôi đấy. →.......
- Đừng quên ở Hàn Quốc trước khi đến nhà ai phải gọi điện đấy. →.......
- Khi sang Việt Nam, anh chị nhớ đến nhà tôi.

  →.......

c. Hoàn thiện hội thoại sau bằng *"nhỉ"* và *"nhé"*:

A. Bây giờ chúng mình uống gì . . . ?
B. Tùy cậu ! Mình thì uống gì cũng được.
A. Mình gọi bia Hà Nội . . . !
B. À, món bánh tôm ở đây thế nào cậu . . . ?
A. Nghe nói, cũng ngon lắm. Chúng mình gọi 2 đĩa . . . !
B. Từ từ. Gọi một đĩa trước. Ăn hết sẽ gọi sau.
A. Thế cũng được !

<u>Mẫu 2</u>

… kẻo …
… nếu không (thì) …

* Đây là những kết cấu biến thường mang nội dung ý nghĩa điều kiện – kết quả như "nếu … thì … " được dùng để biểu thị ý nghĩa cầu khiến (trong kiểu câu cầu khiến) và câu kể. 이는 "nếu … thì …"처럼 충고나 권면 형태의 조건과 결과를 나타내는 표현에서 쓴다. 뜻은 전자는 "...하지 않도록 ...하시오"이며, 후자는" 만약 ... 하지 않는다면 ...할 것이다"이다.

Ví dụ:

So sánh: - **Nếu** chúng ta không đi nhanh **thì** sẽ muộn.

→ Chúng ta sẽ muộn **nếu không** đi nhanh.

→ Đi nhanh lên **nếu không** sẽ muộn.

→ Đi nhanh lên **kẻo** muộn !

- Các bạn ấy khuyên chúng tôi đi lại ở Hà Nội phải rất cẩn thận **nếu không** rất dễ xảy ra tai nạn.
- Trời sắp mưa. Chúng ta phải nhanh chân lên **kẻo** bị ướt !

Luyện tập:

a. Sử dụng những kết cấu trên để nối các nội dung sau thành câu:

- làm việc quá nhiều	- mệt
- phóng xe máy nhanh quá	- gặp nguy hiểm
- nói chuyện này với chị ấy	- lo lắng
- chơi trò chơi điện tử nhiều quá	- hỏng mắt
- đội mũ	- cảm nắng
- nói chậm thôi	- không hiểu

b. Hoàn thiện các câu dưới đây với *"... kẻo..."* **hoặc** *"... nếu không ..."*:

- Chúng tôi phải chăm chỉ học tập, . . . rất dễ bị điểm kém.
- Anh, chị ăn cơm đi . . . nguội.
- Ngoài trời đang mưa đấy, anh nhớ mang theo ô . . . ướt.
- Các chuyên gia về đô thị cho rằng, ở Hà Nội sẽ bị ách tắc giao thông trầm trọng . . . cải tạo và mở rộng đường sá.
- Buổi tối không nên uống nước chè đặc . . . mất ngủ.
- Sắp đến giờ tàu chạy, chúng ta phải nhanh chân lên . . . nhỡ tàu.
- Chị phải đến gặp ông ấy ngay đi . . . sáng sớm mai ông ấy không còn ở đây nữa đâu !

2. Bài tập lựa chọn:

- Sắp hết tháng Tư rồi mà thời tiết ở Seoul vẫn lạnh . . .

① nhé ② nhỉ ③ chứ ④ à

- Ngày mai, chúng tôi về nước sớm nên bây giờ chúng ta chia tay ở đây . . .
  ① à ② nhé ③ chứ ④ không

- Mùa Đông ở Hàn Quốc lạnh lắm, các chị phải mang theo nhiều quần áo ấm . . . rét lắm đấy !
  ① phải không ② nếu không ③ nếu thì ④ nếu vậy

- Các anh uống nước đi . . . nguội.
  ① kẻo ② nếu thì ③ nếu vậy ④ nếu làm

- Nếu người ta đã quyết định như vậy thì tình hình sẽ phức tạp . . .
  ① nhé ② phải không ③ à ④ nhỉ

- Chiều mai, chúng ta lại gặp nhau ở đây, lúc 5 giờ, anh đừng quên . . .
  ① nhỉ ② nhé ③ chứ ④ à

- Sáng nay, tôi phải gặp giáo sư lúc 9 giờ nên bây giờ tôi đi trước . . .
  ① nhé ② nhỉ ③ à ④ chứ

- Cậu cho tiếng ti vi nhỏ thôi . . . người ta lại phê bình.
  ① kẻo ② không kẻo ③ nhỉ ④ nhé

- Khi chúng tôi tâm sự với nhau, bạn tôi luôn luôn nói: “Tiếc quá … !”
  ① chứ ② kẻo ③ nhỉ ④ nhé

3. Bài tập viết:

Bạn hãy viết về ngày của Mẹ ở đất nước của bạn.

BÀI MƯỜI BỐN

GIẢI TRÍ HÀNG NGÀY

A. Từ vựng

1. Đọc nhiều lần các từ sau:

chương trình(章程) : 프로그램
đài phát thanh(發聲) : 라디오방송국
kênh : 1. 채널 2.하천
thời sự(時事) : 시사
bình luận(評論) : 평론
độc giả(讀者) : 독자
truyền hình(傳形) : 텔레비전
tin tức : 소식
quốc tế(國際) : 국제
phát thanh viên(發聲員) : 통신원, 아나운서

phim : 영화, 필름
chiếu phim(照) : 영화를 상영하다
băng(崩) : 1.얼음, 은행, 붕대, 2. 붕어 하다
báo chí(報誌) : 신문, 저널
nhật báo(日報) : 일보
bài báo : 기사
tạp chí(雜誌) : 잡지
khán giả(看者) : 관객
chụp ảnh(影) : 사진을 찍다
trang điểm(妝點) : 장식하다, 화장하다
thời điểm(時點) : 시점
quay phim : 촬영하다
vi đi ô : 비디오
đĩa : 접시, CD
phóng sự(訪事) : 탐방기사
tuần báo(旬報) : 순보
đăng báo(登報) : 기사를 싣다
quảng cáo(廣告) : 광고
thính giả(聽者) : 청중
tết cổ truyền(古傳) : 고전명절
cảm xúc(感觸) : 감촉, 감동하다
kịp : 시간에 닿다

B. Tập nghe tiếng Việt

1. Đọc bài hội thoại sau:

Kim : Park ơi, trên tầng 3 họ đang làm gì mà ồn ào thế nhỉ ?
Park : Hình như là các phóng viên truyền hình đang quay phim, chụp ảnh ...
Kim : Nhưng đây là ký túc xá sinh viên. Họ quay sinh viên để làm gì ?
Park : Năm nào cũng vậy, cứ đến thời gian gần Tết là các phóng viên truyền hình

thường đến ký túc xá của sinh viên nước ngoài để quay phim chụp ảnh vì họ muốn giới thiệu cho mọi người biết các sinh viên nước ngoài đón Tết cổ truyền của Việt Nam thế nào …

Kim : Thế thì chúng ta sẽ được lên truyền hình à ?

Park : Tất nhiên ! Sau khi quay phim xong, người ta còn đến từng phòng để phỏng vấn các sinh viên, … Tí nữa, họ sẽ đến đây để phỏng vấn chúng ta đấy !

Kim : Họ sẽ phỏng vấn về vấn đề gì ?

Park : Về những cảm xúc của chúng ta vào thời điểm năm mới, những suy nghĩ của chúng ta về đất nước và con người Việt Nam, về cuộc sống, sinh hoạt và học tập của chúng ta ở đây, … v.v.

Kim : Vậy thì, mình sẽ đi chuẩn bị ngay kẻo không kịp …

2. Đọc bài đọc sau:

Lợi ích của vô tuyến truyền hình

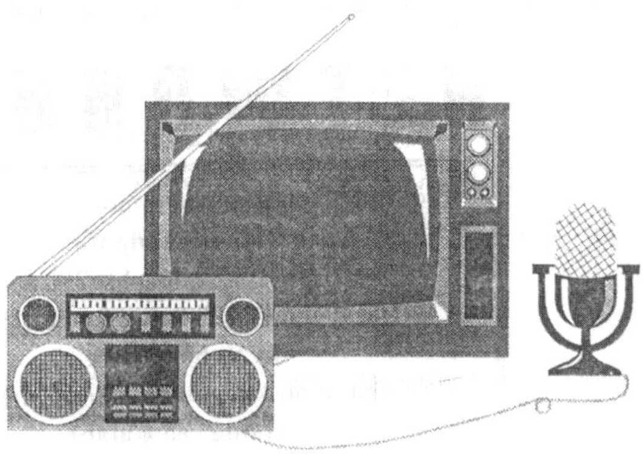

Vô tuyến truyền hình là một trong những phát minh kỳ diệu của con người.

Vô tuyến truyền hình không những giúp ta tiêu khiển mà còn mang lại cho chúng ta nhiều điều bổ ích. Hàng ngày, qua vô tuyến truyền hình, chúng ta có thể biết được con người và các sự kiện đang diễn ra trên thế giới. Những hình ảnh được phát trên vô tuyến truyền hình vừa có tác dụng giải trí, vừa nâng cao sự hiểu biết của con người. Người ta có thể "đi du lịch" khắp thế giới chỉ với một chiếc máy vô tuyến truyền hình.

Ở một số quốc gia, vô tuyến truyền hình còn được sử dụng để giảng dạy, phổ biến kiến thức cho học sinh, sinh viên. Những học sinh, sinh viên không thể đến trường vì vấn đề đi lại hoặc vì những nguyên nhân khác vẫn được nghe giảng bài tại nhà qua máy vô tuyến truyền hình.

Khác với máy thu thanh (đài phát thanh), vì vô tuyến truyền hình vừa có khả năng truyền đi cả âm thanh lẫn hình ảnh nên người ta **thích** xem vô tuyến **hơn.** Ngồi trước vô tuyến truyền hình, người ta có thể tận mắt xem những hình ảnh sinh động và hấp dẫn, điều mà máy thu thanh không có khả năng làm được.

Chính vì thế, vô tuyến truyền hình chắc chắn sẽ còn được sử dụng lâu dài trong đời sống con người.

3. Trả lời các câu hỏi sau theo nội dung bài đọc:

- Người ta cho rằng vô tuyến truyền hình là phát minh như thế nào của con người ?
- Vô tuyến truyền hình thường có những tác dụng và ích lợi gì trong đời sống của con người ?
- Nói rằng, người ta có thể đi du lịch khắp thế giới chỉ với một chiếc máy vô tuyến truyền hình, nghĩa là thế nào ?
- Ở một số quốc gia, người ta còn sử dụng vô tuyến truyền hình để làm gì?
- So với máy thu thanh, vô tuyến truyền hình có những ưu thế gì ?
- Hàng ngày, bạn có nghe đài hoặc xem truyền hình không ? Bạn thích phương tiện nào hơn ? Vì sao ?

C. Tập nói tiếng Việt

1. Thử giải thích các từ sau:

giải trí → ......
ưu thế → ......
độc giả → ......
khán giả → ......
nhật báo → ......
tuần báo → ......
phát thanh viên → ......
trang điểm → ......

2. Đọc kỹ bài đọc sau:

Thư điện tử (E-mail) được truyền đi như thế nào ?

Theo sự phát triển của khoa học công nghệ, hiện nay máy tính đã thâm nhập vào mọi ngóc ngách của xã hội và đang ngày càng trở thành người “trợ thủ” đắc lực cho hầu hết các hoạt động, công việc và sinh hoạt của con người. Người ta nói, xã hội của chúng ta

đang dần được vi tính hóa quả là không sai.

Bạn đã từng viết thư điện tử rồi gửi đến những địa chỉ cần gửi ? Hoặc bạn cũng đã từng nhận được thư điện tử của một ai đó gửi cho bạn ? Vậy bạn có biết thư điện tử đã được truyền đi như thế nào không ?

Các chuyên gia công nghệ thông tin cho rằng, lá thư điện tử mà bạn cần gửi tới một hay một số địa chỉ nào đó, thì trước hết nó sẽ được chuyển tới một máy chủ khác (máy chủ trên mạng). Sau đó, máy chủ này có nhiệm vụ chuyển thư của bạn tới mọi máy tính của những người nhận thư. Thư điện tử, thực chất là công nghệ sử dụng máy tính điện tử và kỹ thuật thông tin thông qua tuyến đường điện tín tạo điều kiện cho mọi người trên mạng có thể truyền tin cho nhau.

Thư điện tử thường được giữ trong hòm thư điện tử của người dùng. Hòm thư này được cài sẵn trong các máy tính. Khi sử dụng, người dùng chỉ cần đánh các ký hiệu đã được đăng ký với máy tính thì lập tức hòm thư trong đó có nội dung thư gửi cho bạn sẽ hiện lên trên màn hình máy tính.

Thư điện tử ngoài ưu điểm là tốc độ truyền tin nhanh, có tính bảo mật, chi phí thấp, thông tin được truyền không cần giấy ..., còn có rất nhiều tác dụng khác. Chẳng hạn, nó có thể truyền ra khắp nơi trong nước, thậm chí ra toàn thế giới, có thể tự động giữ lại nội dung thư để khi cần có thể tùy ý sửa chữa ...

3. Tập nói tiếng Việt.

a. Trả lời các câu hỏi sau theo nội dung bài đọc:

- Bạn thấy hiện nay, máy tính có những vai trò gì trong xã hội ?
- Thư điện tử được truyền đi như thế nào ?
- Để viết, gửi và nhận thư điện tử, đầu tiên bạn phải xác lập cái gì trong máy tính ?
- Thư điện tử có những ưu điểm gì ? Nó khác với thư viết bằng giấy như thế nào ? Bạn hãy cho biết những bất tiện của thư viết bằng giấy ?
- Thư điện tử là gì ? Bạn có viết và nhận thư điện tử hàng ngày không ?
- Bạn có hay vào quán Internet để "chát" không ? Giữa "chát" và viết thư điện tử bạn thích hình thức nào hơn ? Vì sao ?
- Bạn hãy cho biết những ưu thế của "chát" so với viết thư điện tử ?

b. Trả lời các câu hỏi sau theo thực tế của bạn:

- Hình thức giải trí hàng ngày của bạn là gì ? Vì sao bạn lại chọn hình thức giải trí đó ?
- Hàng ngày, bạn có xem truyền hình không ? Mỗi ngày, bạn thường xem truyền hình khoảng bao lâu ?
- Ở Hàn Quốc có tất cả mấy đài truyền hình ? Đó là những đài truyền hình nào ?
- Bạn thích nhất là chương trình truyền hình nào ? Vì sao ?
- Bạn có thích các chương trình quảng cáo trên truyền hình không ? Vì sao?
- Khi đang theo dõi một bộ phim hoặc một chương trình truyền hình hấp dẫn mà giữa chừng bạn phải dừng lại để xem quảng cáo, bạn sẽ có những cảm giác gì ? Vì sao ?
- Theo bạn, nếu một ngày nào đó không còn vô tuyến truyền hình nữa thì cuộc sống của con người sẽ ra sao ?

D. Bài tập

1. Bài tập ngữ pháp:

Mẫu 1

... thích (ai, cái gì, làm gì) hơn

* **"... thích ... hơn"** là kết cấu so sánh bậc hơn được dùng với động từ "thích". 이는 두 가지 대상 중 어느 하나를 더 좋아한다는 것을 표현하려고 할 때 쓴다. 뜻은 "...보다 ...을 더 좋아한다"이다.

Ví dụ:

- Học ở lớp và học ở thư viện, chúng em thích học ở lớp **hơn**.
- Giữa bóng đá và bóng chuyền, anh ấy thích bóng đá **hơn**.
- Bố mẹ tôi thích đi du lịch trong nước **hơn**.

Luyện tập:

a. Lựa chọn và sử dụng kết cấu "… thích … hơn" đặt câu với:

Ví dụ:

- ngủ và đọc sách
  → Tôi thích đọc sách **hơn** ngủ.
  → Tôi thích đọc sách **hơn**.

Tiếp tục với:

- ăn cơm và ăn phở → ....
- uống bia và uống rượu → ....
- uống cà phê đen và uống cà phê sữa → ....
- đi học và đi chơi → ....
- học ở lớp và học ở thư viện → ....
- đi tàu điện ngầm và đi xe buýt → ....
- sống một mình và sống với bố mẹ → ....

b. Đọc, hiểu các ngữ cảnh sau rồi sử dụng kết cấu "… thích … hơn" đặt câu:

- Anh Park khuyên anh Lee nên học tiếng Việt ở thành phố Hồ Chí Minh, nhưng anh Lee nói là:
  → ....

- Chị ấy nói là chị ấy chưa muốn tốt nghiệp trong năm nay vì:
  → ....

- Mặc dù đã ra trường rồi nhưng anh ấy vẫn chưa muốn đi xin việc vì:
  → ....

- Trong gia đình, mẹ tôi thường nói nhiều và hay phê bình mọi người nên:
  → ....

- Tôi đã đi vịnh Hạ Long rồi nên khi các bạn tôi hỏi tôi thích đi du lịch vịnh Hạ Long hay Sa pa, tôi đã nói là:

→ . . . .

- Bữa sáng, người Việt Nam thường thích ăn phở còn người Hàn Quốc thế nào ?

→ . . . .

- Đa số người trẻ tuổi thích mặc quần áo màu sáng, theo bạn đối với người nhiều tuổi thì thế nào ?

→ . . . .

Mẫu 2

... thà ... còn hơn ...

* "... **thà** ... **còn hơn** ..." là kết cấu so sánh, lựa chọn. Tuy nhiên, khác với những kết cấu so sánh, lựa chọn khác, khi sử dụng kết cấu này thì sự vật, hiện tượng được đưa ra để so sánh lựa chọn đều thuộc những sự vật hiện tượng không được ưa thích. Do đó, sự lựa chọn ở đây có tính bắt buộc, phải chấp nhận. 이는 "...하는 것보다는 차라리 ...하는 것이 더 낫다"라는 표현을 하고자 할 때 쓴다. "...하는 것이 낫다"는 것은 희생적 혹은 손실적 의미를 갖는다. 따라서 이는 강제적 또는 필연적 성질을 띤다.

Ví dụ:

- Tôi **thà** thất nghiệp **còn hơn** làm việc đó.
- Chúng ta **thà** chết **còn hơn** làm nô lệ.
- Đối với tôi, **thà** thôi việc **còn hơn** làm việc cùng ông ấy.

Luyện tập:

a. Dùng kết cấu "... thà ... còn hơn ..." hoàn thiện các câu sau:

- Chồng con như thế thì . . . .
- Giải thích như ông ấy đã giải thích thì . . . .
- Phim như thế này thì . . . .
- Nếu đến lớp muộn thì . . . .
- Nếu phải đi làm ca đêm thì . . . .
- Nếu biết cuộc họp chán như thế này thì . . . .

b. Dùng "... thà ... còn hơn" để trả lời các câu hỏi sau:

- Bạn sẽ chọn gì: ở nhà hay làm công việc mà bạn không thích ?
- Đi chơi trời mưa và ngủ, bạn sẽ chọn gì ?
- Vì sao bạn không đi xem kịch mà ở nhà xem ti vi ?
- Bạn muốn nghỉ hưu sớm hay tìm một việc khác nếu bị đuổi việc ?
- Một việc không thích nhưng lương cao và một việc rất thích nhưng lương thấp, bạn sẽ quyết định thế nào ?
- Gặp phải một món ăn rất dở bạn sẽ xử lý thế nào ?

Mẫu 3

명사 + **hóa** = 동사

* Đây là một phương thức phổ biến để chuyển các danh từ thành các động từ. Ví dụ: **xã hội hóa, công nghiệp hóa, tư nhân hóa, trẻ hóa** ... Đi sau các động từ này là một danh từ hoặc cụm danh từ: **xã hội hóa giáo dục, cổ phần hóa các doanh nghiệp nhà nước, hiện đại hóa hệ thống giao thông, trẻ hóa đội ngũ cán bộ quản lý,** ... 이는 명사의 동사화이다. 동사에 "**hóa**"를 붙혀 만들며, 명사는 일음절 혹은 이음절 외에 그룹도 가능하다. 의미는 "교육의 사회화, 국영기업의 주식화, 교통체제의 현대화, 관리 간부들의 연소화"이다.

Ví dụ:

- Từ khi Việt Nam có chính sách mở cửa, nhiều vùng nông thôn đã được **đô thị hóa** nhanh chóng.
- Hiện nay, ở Việt Nam, **cổ phần hóa** các doanh nghiệp nhà nước được coi là một trong những chính sách nhằm thúc đẩy nền kinh tế phát triển.
- Một trong những nhiệm vụ quan trọng hiện nay là cần nhanh chóng **trẻ hóa** đội ngũ cán bộ quản lý nhà nước.

Luyện tập:

a. Hãy chuyển các danh từ sau thành động từ với yếu tố *"hóa"*:

quân sự	cơ khí
thương mại	nghệ thuật
dân chủ	dân tộc
hiện đại	kế hoạch
vi tính	tư nhân

b. Tương tự, bạn hãy tìm 10 – 15 động từ mà bạn biết rồi đặt câu với chúng.

<u>Ví dụ:</u>

xe máy → xe máy **hóa**

Hiện nay, phương tiện đi lại ở hầu hết các thành phố của Việt Nam đã được **xe máy hóa**.

Tiếp tục đặt câu với các động từ mà bạn đã tìm được.

2. Bài tập lựa chọn:

- Công nghiệp . . . và hiện đại hóa đất nước là một trong những đường lối chiến lược quan trọng của nhân dân Việt Nam hiện nay.
  ① hóa ② hơn ③ thà ④ học

- Đối với chúng tôi . . . thất nghiệp còn hơn làm công việc mà mình không thích.
  ① hơn ② thà ③ hóa ④ còn hơn

- Giữa đầu tư và du lịch, hiện nay người ta thích đi du lịch . . .
  ① thích ② hơn ③ thà ④ hóa

- Để thúc đẩy và phát triển kinh tế nhanh hơn, nhà nước Việt Nam đang tích cực thực hiện chính sách cổ phần . . . các doanh nghiệp nhà nước làm ăn thua lỗ.
  ① hóa ② học ③ đi ④ hơn

- Buổi sáng bố tôi thích uống chè, còn mẹ tôi thích uống sữa . . .
  ① hơn ② hóa ③ học ④ còn hơn

- Thà im lặng . . . nói những điều mà mình chưa hiểu lắm.
  ① hơn ② hóa ③ thà ④ còn hơn

- Khi sang Việt Nam để học tiếng Việt, một số bạn thích học ở Hà Nội, còn một số bạn khác lại thích học ở thành phố Hồ Chí Minh . . .
  ① thà ② hơn ③ còn hơn ④ học

- Trong "Lời kêu gọi toàn quốc kháng chiến" của Hồ Chủ Tịch, có câu "Chúng ta . . . hy sinh tất cả chứ không chịu làm nô lệ".

① còn hơn ② hơn ③ thà ④ hóa

3. Bài tập viết:

Bạn hãy đọc và điền những từ còn thiếu vào các chỗ trống trong đoạn văn dưới đây:

Bán đảo Hàn Quốc … kề Trung Quốc và Nhật Bản. Biên ... phía Bắc của Hàn Quốc được hình thành bởi sông Amnokkang (Yalu) và sông Tuman (Tumen) ngăn cách … nước này với vùng Mãn Châu. Một đoạn dài khoảng 16 km về phía Đông … sông Tuman là biên giới với Nga. Bờ … phía Tây của bán … Hàn Quốc có vịnh Hàn Quốc ở phía Bắc và Hoàng Hải ở … Nam; còn bờ biển phía Đông có biển Đông. Biên giới đất … giữa bán đảo này với phía Đông Trung Quốc kéo … khoảng 200 km. Hai hòn … Honshu và Kyushu của Nhật Bản nằm cách 206 km về phía Đông Nam ngang qua eo biển Hàn Quốc. Do vị … địa lý độc đáo của nó, … hóa Trung Quốc đã thâm nhập vào Nhật Bản … Hàn Quốc; một nền văn hóa chung về Phật … và Khổng giáo đã hình … ở cả 3 nước.

… đảo Hàn Quốc trải dài khoảng 1000 km về phía Nam. Với bề … khoảng 300 km, sự khác biệt về khí … ở đây chủ yếu theo hướng Bắc - Nam. Do sự thay … này nên có sự khác … về thực vật dọc theo … Bắc - Nam. Nhìn ..., nửa phía Nam bán đảo ấm ... nửa phía Bắc.

BÀI MƯỜI LĂM

ÔN TẬP 3

Bài tập 1

a. Đọc bài đọc sau:

Vì sao cần phải ăn sáng

Vào lúc sáng sớm, dạ dày của chúng ta đã gần như trống rỗng. Vì vậy, chúng ta có cảm giác đói. Lúc này, hàm lượng đường trong máu của chúng ta ở mức thấp nhất trong ngày. Người ta đã đo được mỗi 100ml máu chỉ chứa 80-120 mg đường glucoza.

Nếu không ăn sáng, hoặc ăn sáng không no mà đi học hay đi làm việc thì hàm lượng đường glucoza trong máu không tăng lên, thậm chí còn bị giảm xuống, xuất hiện tình trạng tinh thần mất phấn chấn, tư duy trì trệ, làm ảnh hưởng tới việc học tập và kết quả công việc.

Ăn no bữa sáng, chúng ta sẽ được nạp đủ năng lượng từ trong thức ăn. Do đó, hàm lượng đường glucoza trong máu sẽ được duy trì ở mức bình thường, tinh thần dồi dào, học tập và làm việc đạt kết quả cao.

(Phỏng theo "Những hỏi đáp khoa học lý thú"- Nxb Thanh Niên, 2004)

Từ vựng:

dạ dày : 위
trống rỗng : 텅빈
hàm lượng(含量) : 함량
tinh thần(精神) : 정신

phấn chấn : 열심인
trì trệ(遲滯) : 지체하다
năng lượng(能量) : 에너지
tư duy(思惟) : 사유, 생각
nạp : 채우다, 제출하다
duy trì(維持) : 유지하다

b. Tập giải thích các từ sau:

ăn vừa phải → ....
giá vừa phải → ....
làm vừa phải → ....
trống rỗng → ....
nạp → ....

c. Trả lời các câu hỏi theo nội dung bài đọc:

- Theo bạn vì sao chúng ta cần phải ăn sáng ? Và nên ăn sáng no hay chỉ cần ăn vừa phải ?
- Ăn sáng no sẽ mang lại cho bạn những điều ích lợi gì ?
- Nếu bạn không ăn sáng sẽ xảy ra tình trạng như thế nào ?
- Bạn có hay ăn sáng không ? Bạn thường ăn sáng ở nhà hay ở ngoài ?
- Người Hàn thường mỗi ngày ăn mấy bữa ? Bữa nào là quan trọng nhất ? Vì sao ?
- Người Hàn thường chuẩn bị những món ăn nào cho bữa sáng ? Bạn hãy cho biết ý nghĩa của những món ăn đó ?

Bài tập 2

a. Đọc hiểu bài đọc sau:

Vì sao con người có màu da khác nhau ?

Trên thế giới, người ta hay nói đến một số loại người, chẳng hạn như: người da vàng, da trắng, da đen và người da nâu. Màu da khác nhau trước hết là do yếu tố di truyền. Nếu bố mẹ là người da trắng thì con cái của họ cũng là người da trắng chứ không thể là người da đen.

Loại người chủ yếu là do hoàn cảnh địa lý tạo thành. Các loại người chỉ khác nhau về hình thức, màu da, lông, tóc, thể hình … chứ không có sự khác nhau về bản chất sinh lý, trí lực, …v.v.

Chất làm cho da mang màu sắc được gọi là sắc tố đen. Da của ai cũng đều có chứa loại sắc tố đen. Mỗi người chỉ khác nhau về hàm lượng của sắc tố này mà thôi. Sắc tố đen là do một loại tế bào sắc tố ở dưới da sinh ra. Các loại người hầu như đều có số lượng tế bào sắc tố như nhau. Tuy nhiên, tế bào sắc tố ở người da đen thì hoạt bát hơn, có thể sản sinh sắc tố đen nhanh hơn và mạnh hơn, cho nên da của họ mới có màu đen …

(Phỏng theo "Những hỏi đáp khoa học lý thú"- Nxb Thanh Niên, 2004)

Từ vựng:

di truyền(移轉) : 이전
lông : 털
bản chất(本質) : 본질
trí lực(智力) : 지력
sắc tố(色素) : 색소
tế bào(細胞) : 세포
sản sinh(產生) : 생산
địa lý(地理) : 지리
thể hình(體形) : 체형
sinh lý(生理) : 생리
chất(質) : 질
hàm lượng(含量) : 함량
hoạt bát(活潑) : 활발

b. Thử giải thích các từ và nhóm từ sau:

sắc tố → ......
hoạt bát → ......
di truyền → ......
sản sinh → ......
hàm lượng → ......

c. Trả lời các câu hỏi theo nội dung bài đọc:

- Trên thế giới thường gồm những loại người nào ?
- Người ta thường căn cứ vào đâu để phân ra những loại người này ?
- Người châu Á thuộc loại người nào ?
- Theo bạn hiểu, lý do chính để có màu da khác nhau là gì ?
- Chất làm cho da mang màu sắc có tên gọi là gì ? Nó thường nằm ở đâu trong cơ thể của chúng ta ?
- Vì sao người châu Phi có màu da đen hơn những người khác ?
- Theo bạn hiểu, con người trên thế giới có khác nhau về bản chất, trí lực không ? Vì sao ?

Bài tập 3

a. Bạn hãy đọc hiểu chuyện cười dưới đây:

Đối đáp

Một anh có râu và một anh không râu ngồi nói chuyện với nhau. Anh không râu muốn chế nhạo anh có râu, nên mới hỏi xỏ:

- Đố anh biết trên thế gian cái gì cứng nhất ?

Anh có râu đáp:

- Cứng nhất thì chỉ có đá và sắt.

Anh không râu lắc đầu:

- Không phải. Đá đập cũng sẽ vỡ, sắt nung cũng sẽ mềm.

Anh có râu đành chịu, hỏi lại:

- Thế, anh cho là cái gì ?

Anh không râu chỉ vào cằm của anh có râu và nói:

- Râu là cứng nhất ! Da mặt anh dày như thế mà râu cũng đâm thủng được thì râu chẳng cứng nhất là gì ?

Anh có râu biết là mình đang bị anh không râu chơi xỏ, liền bảo:

- Da mặt tôi dày thật, nhưng da mặt anh còn dày hơn nhiều !

Anh không râu hỏi vặn lại:

- Dựa vào đâu mà anh lại nói như thế ?

Anh có râu bình tĩnh đáp:

- Anh nói, râu là cứng nhất mà nó có đâm thủng được da mặt anh đâu. Vậy mặt anh chẳng dày hơn mặt tôi là gì ?

(Theo truyện cười dân gian Việt Nam)

Từ vựng:

râu : 수염	chế nhạo : 조롱하다, 놀리다
hỏi xỏ : 장난스레 묻다	đố (câu đố) : 수수께끼
thế gian(世間) : 세상	đập : 내리치다
nung : 굽다	đâm thủng : 뚫고 나오다
chơi xỏ : 놀리다	hỏi vặn : 자세히 묻다

b. Bạn hiểu thế nào các từ, nhóm từ sau:

hỏi xỏ → ......
hỏi vặn → ......
chế nhạo → ......
chơi xỏ → ......
da mặt dày → ......
người mặt dày → ......

c. Trả lời các câu hỏi sau:

- Anh không râu đã hỏi anh có râu về điều gì ?
- Theo bạn hiểu, anh không râu hỏi như vậy là có ý gì ?
- Anh không râu dựa vào cơ sở nào để khẳng định râu là cứng nhất ?
- Sau khi nghe anh không râu giải thích, anh có râu đã nhận ra điều gì ?
- Anh có râu đã phản ứng lại như thế nào ?
- Bạn hiểu thế nào là một người "mặt dày" ?

Bài tập 4 **Bạn hãy sử dụng các từ, nhóm từ gợi ý dưới đây để điền vào các chỗ trống trong những đoạn văn sau:**

tâm lý	*ai*	*này*
ngay cả	*cảm tình*	*mua bán*
hoặc	*không*	*của*
được	*khi*	*khiến*
trở lại		

Tâm lý thích nhanh chóng là ... mong muốn được mua hàng hóa một cách thuận tiện nhanh chóng. Những người có tâm lý ... thường bực bội, khó chịu ... không đủ kiên nhẫn chờ đợi quá lâu ... mua bán. Họ thường không thích những phương thức ... rườm rà và những nhân viên bán hàng có tác phong lề mề, chậm chạp, ... nhanh chóng linh hoạt.

Còn tâm lý tự trọng là tâm lý ... khách hàng. Trên thực tế, khách hàng, ... cũng muốn được tôn trọng, ... nhân viên bán hàng phục vụ lịch sự, lễ phép. Sự kính trọng ... họ cảm thấy hài lòng hơn khi đi mua sắm. Họ sẽ có ... với bạn, với cửa hàng của bạn và ... với sản phẩm mà họ đã từng mua. Chắc chắn lần sau họ sẽ quay ... cửa hàng của bạn.

Bài tập 5 **Bài tập lựa chọn:**

a. Chọn điền các từ theo nội dung các bài đọc trên:

- Vào lúc sáng sớm, dạ dày của chúng ta đã gần như trống rỗng. Lúc này, hàm lượng . . . trong máu của chúng ta ở mức thấp nhất trong ngày.
  ① nước ② đường ③ muối ④

- Nếu không ăn sáng, hoặc ăn sáng không no mà đi học hay đi làm việc thì sẽ làm ảnh hưởng . . . việc học tập và kết quả công việc.
  ① tới ② vì ③ vào ④ do

- Ăn no bữa sáng, chúng ta sẽ được . . . năng lượng từ trong thức ăn.
  ① cho đủ ② vào đủ ③ nạp đủ ④ tập hợp

- Nếu bố mẹ là người da trắng thì con cái của họ cũng là người da trắng chứ không thể là người da . . .
  ① đen ② vàng ③ trắng ④ nâu

- Các loại người chỉ khác nhau về hình thức, màu da, lông, tóc, thể hình . . . sự khác nhau về bản chất sinh lý, trí lực,...v.v.
  ① chứ có ② chứ không có ③ có ④ không có

- Tuy nhiên, tế bào sắc tố ở người da đen thì hoạt bát hơn, có thể sản sinh sắc tố đen nhanh hơn và mạnh hơn, cho nên da của họ mới có màu ...
  ① trắng ② vàng ③ đen ④ nâu

- Anh không râu muốn . . . anh có râu, nên mới hỏi xỏ.
  ① phê bình ② chế nhạo
  ③ ghen ④ thích

- Anh không râu ngầm ý nói rằng, anh có râu thuộc loại người . . .
  ① lắm râu ② mặt mỏng
  ③ mặt dày ④ lịch sự

MỤC TỪ

A - Ă – Â

B

C

CH

D

I

K – KH

L

M

N

NG - NGH

NH

O - Ô – Ơ

P – PH

Q

R

S

T

TH

TR

U – Ư

V

X

Y

참고문헌

1. Tham khảo cho nội dung:

- Nguyễn Văn Phúc (chủ biên) cùng Đào Văn Hùng và Nguyễn Văn Chính, "Tiếng Việt cho người nước ngoài", Nhà xuất bản Đại học Quốc gia, Hà Nội, 2004.
- Trịnh Đức Hiển (chủ biên), "Tiếng Việt cho người nước ngoài", Nhà xuất bản Đại học Quốc gia, Hà Nội, 2004.
- "Một vòng quanh các nước"- đất nước Hàn Quốc, Nhà xuất bản Văn hóa thông tin, Hà Nội, 2005.
- "195 hỏi – đáp khoa học lý thú", Nhà xuất bản Thanh Niên, Hà Nội, 2002.

2. Tham khảo cho hình vẽ và mô phỏng hình vẽ:

- "195 hỏi – đáp khoa học lý thú", Nhà xuất bản Thanh Niên, Hà Nội, 2002.
- Nguyễn Văn Lợi (chủ biên) "Bài tập tiếng Anh 7", Nhà xuất bản Giáo Dục, Hà Nội, 2004.
- Nguyễn Văn Phúc (chủ biên) cùng Đào Văn Hùng và Nguyễn Văn Chính, "Tiếng Việt cho người nước ngoài", Nhà xuất bản Đại học Quốc gia, Hà Nội, 2004.

한국인을 위한 베트남어 3

초판 1쇄 발행 2006년 3월 10일
초판 2쇄 발행 2011년 8월 20일

집 필 진 ▪ 송 정 남 외
펴 낸 이 ▪ 박 철
펴 낸 곳 ▪ 한국외국어대학교 출판부
130-791 서울시 동대문구 이문동 270
전화 (02)2173-2495, 6
팩스 (02)2173-3363
홈페이지 http://press.hufs.ac.kr
전자우편 press@hufs.ac.kr
출판등록 ▪ 제6-6호(1969. 4. 30)
디자인 · 편집 ▪ (주)이환디앤비 02)2254-4301
인쇄 · 제본 ▪ SM C&P 02)468-6100

ISBN 978-89-7464-397-3 13790 정가 13,000원

* 잘못된 책은 교환하여 드립니다.